Anonymous

The Gospel of Mark in Badaga

Anonymous

The Gospel of Mark in Badaga

ISBN/EAN: 9783337302856

Printed in Europe, USA, Canada, Australia, Japan

Cover: Foto ©Lupo / pixelio.de

More available books at **www.hansebooks.com**

THE GOSPEL OF MARK

IN BADAGA

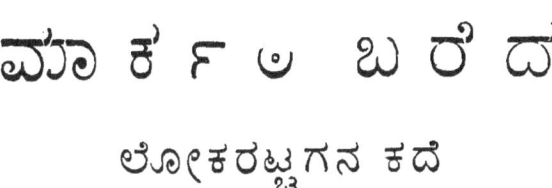

ಮಾರ್ಕನು ಬರೆದ

ಲೋಕರಟ್ಚಗನ ಕದೆ

PRINTED FOR THE MADRAS AUXILIARY
TO THE
BRITISH AND FOREIGN BIBLE SOCIETY
AT THE BASEL MISSION PRESS, MANGALORE.
1896

BASEL MISSION PRESS

CRESCE FLORESCE FRUCTUESCE

MANGALORE

THE GOSPEL OF MARK

ಮಾರ್ಕಂ ಬರೆದ

ಲೋಕರಚ್ಚಗನ ಕದೆ.

1. ಸಂದಿ.

1. ದೇವರ ಮಗನಾದ ಯೇಸು ಕ್ರಿಸ್ತನ ವಿಸಯುವಾದ ಒಳ್ಳೇ
ಸುದ್ದಿಯ ತೊವಕ.
2. ಎದಗೇ ನಾಂ ಎನ್ನ ತೂದ್ಹಾವ ನಿನ್ನ ಮೊಗದ ಮುಂದಾ
ಡು ಕ್ಟೇಗಿನೆ; ಅವಂ ನಿನ್ನ ದಾರಿಯ ತಾಯಾರ ಮಾಡಿನಾಂದೂ,
3. ಕರ್ತನ ಮಾರ್ಗವ ತಾಯಾರ ಮಾಡಿವಿ; ಅವನ ದಾರಿ
ಯ ನೆಟ್ಟನ ಮಾಡಿವಿ ಎಂದು ಕಾಡುನೊ ಕೊರಸುವವನ ಸದ್ದು
ಉಟ್ಟಾರಾಂದೂ, ಎಸಾಯ ಪ್ರವಾದಿಯ ಪಸ್ತುಕದೊ ಬರೆದ್ಹಡುವ
ಪ್ರಕಾರವಾಗಿ,
4. ಯೋಹಾನಂ ಬಂದು, ಕಾಡುನೊ ದೀಕ್ಸಾಸ್ನಾನ ಕೊಟ್ಟು,
ಪಾಪಪರಿಹಾರಗಾಗಿ ಹಡುವ, ಮನಸ್ಸ [ದೇವರ ಕಡೆಗ] ತಿರುಕು
ವದುಗ ತಕ್ಕ ದೀಕ್ಸಾಸ್ನಾನವ ಕುಱಿತು ಸಾಱಿಯುಂಡಿದ್ದಂ.
5. ಆಗ ಯೂದಾಯ ಸೀಮೆಯುವಕರೆಲ್ಲಾವೂ, ಯೆರುಸಲೇ
ಮುನವಕರೂ, ಅವಂನ ಸಾರೆ ಹೋಗಿ, ತಂಗ ಪಾಪವ ಅಱಿಕೆ
ಮಾಡಿ, ಯೋರ್ದಾನು ಹೊಬ್ಬೆಯೊ ಅವಂನೆಂದ ದೀಕ್ಸಾಸ್ನಾನ
ಹೊಂದಿದರು.

6. ಯೋಹಾನಂ ಒಟ್ಟೆ ಮೈಲುನ ಉಡಿಗೆ ತೊಟ್ಟು, ತನ್ನ
ನಡುನ ಸುತ್ತೂ ತೋಲುನ ನಡುಕಟ್ಟ ಕಟ್ಟಿಯುಂಡು, ಮಿಟ್ಟೆಗ್ಳೊ
ವೂ, ಕಾಡು ಜೇನವೂ ತಿನ್ನೂಂಡಿದ್ದಂ.

7. ಎನ್ನೆಂದವೂ ಬಲವುಳ್ಳವಂ ಎನ್ನಿಂದಾಡು ಬನ್ನನಂ; ಅವನ
ಕೆರಗ್ಟುವ ಬಾರ ಬುಡುವದುಗ, ನಾಂ ತಕ್ಕದವಂನಲ್ಲ.

8. ನಾಂ ನಿಂಗಗ ನೀರೂಂದ ದೀಕ್ಸಾಸ್ನಾನ ತಂದಿದ್ದೆಂ; ಆಲೆ
ಅವಂ ನಿಂಗಗ ಪರಿಸುದ್ದಾತ್ಮಾಂದ ದೀಕ್ಸಾಸ್ನಾನ ತನ್ನನಂ ಎಂದು
ಸಾಱಿ ಹ್ಟೇಗಿದಂ.

9. ಆ ಜಿನಗ್ಳೊೀಗೆ ಆದದ್ದೇನಾಂದಲೆ:—ಯೇಸು ಗಲಿಲಾ
ಯು ಸೀಮೆಯು ನಜರೇತೂಂದ ಬಂದು, ಯೋರ್ದಾನು ಹ್ಳೊಯೆ
ಯೊ ಯೋಹಾನಾಂದ ಸ್ನಾನ ಹೊಂದಿದಂ.

10. ಅವಂ ನೀರೂಂದ ಏಱಿ ಬಂದ ಒಡನೇ ಬಾನು ಬಗೆ
ದು, ಪರಿಸುದ್ದಾತ್ಮ ಚೋಱಿವ್ಳಾಕೆ ತನ್ನಂ ಮೇಲೆ ಎಱಿಗಿ ಬಪ್ಪ
ದುನ ಕಂಡಂ,

11. ಇದು ಅಲ್ಲದೆ ನಾಂ ಮೆಚ್ಚುವ ಎನ್ನ ಪಿರಿಯು ಮಗ
ನೀತಾಂ ಎಂಬ ಸದ್ದು ಬಾನೂಂದ ಉಟ್ಟಾತು.

12. ಒಡನೇ ಪರಿಸುದ್ದಾತ್ಮ ಅವಂನ ಕಾಡುಗ ನಡೆಸಿದಂ.

13. ಅವಂ ಕಾಡುನೊ ನಾಲತ್ತು ಜಿನ ಇದ್ದಂ; ಸೈತಾನಂ
ಅವಂನ ಸೋದಿಸಿದಂ; ಇದಲ್ಲದೆ ಅವಂ ಕಾಡು ಮಿರುಗಗ್ಳೊ ಒಂ
ದಿಗ ಇದ್ದಂ; ಬೈಯ [ದೇವರ] ಜಮಗಾರರು ಅವಂಗ ಊಳಿಯ
ಮಾಡಿದರು.

14. ಯೋಹಾನಂನ [ಸೆಱಿಗ] ಒಪ್ಪಿಸಿದ ಮೇಲೆ, ಯೇಸು
ಗಲಿಲಾಯುಗ ಬಂದು, ದೇವರ ರಾಜ್ಯದ ಒಳ್ಳೇ ಸುದ್ದಿಯ ಸಾಱಿ,

15. ಕಾಲ ಪೂರ್ತಿಯಾತು, ದೇವರ ರಾಜ್ಯ ಸಾರೆಯಾತು,
ನಿಂಗ ಮನಸ್ಸ ತಿರಿಕಿ, ಒಳ್ಳೇ ಸುದ್ದಿಯ ನಂಬಿವಿ ಎಂದು ಹ್ಟೇಗಿದಂ.

16. ಅವಂ ಗಲಿಲಾಯು ಸೌಂದ್ರದ ಕರೆಯೊ ನಡೆದೂಂಡ್ಳೋ
ಪನೆ, ಸೀಮೋನನೂ, ಅವಂನಣ್ಣಾತಮ್ಮ ಅಂದ್ರೆಯುಂನೂ, ಸೌಂದ್ರ

ದೊ ಬಲೆ ಹಾಕಿಯುಂಡಿಬ್ಬದುನ ಕಂಡ೦; ಏಕಾಂದಲೆ ಅವಕ ಮಿಾ
ನುಗಾರರಾಗಿದ್ದರು.

17. ಯೇಸು ಅವಕಗ ಎನ್ನಿಂದಾಡು ಬಾರಿವ್ರೊ, ನಿಂಗ ಮನಿ
ಚರ ಹಿಡಿಪವಕ ಆಪಹೆಂಗೆ ಮಾಡಿನೆ ಎನ್ನ೦.

18. ಅವಕ ಆಗ ತಾನೆ ತಂಗ ಬಲೆಗ್ಬುವ ಬುಟ್ಟೊಟು, ಅವ೦
ನಿಂದ್ಹಾಡು ಹೋದರು.

19. ಅವ೦ ಅಲ್ಲೀಂದ ಚಿಟಿಗ ಮುಂದುಗ ಹೋಗಿ, ಜೆಬೆದಾ
ಯನ೦ ಮಾತಿ ಯಾಕೋಬ೦ನೂ ಅವ೦ನಣ್ಣತಮ್ಮ ಯೋಹಾ
ನ೦ನೂ ದೋಣಿಯೊ, ತಂಗ ಬಲೆಗ್ಬುವ ಸರಿ ಮಾಡಿಯುಂಡಿಬ್ಬ
ದುನ ಕಂಡು,

20. ಆಗವೇ ಅವಕರ ಕೊರಸಿದ೦; ಅವಕ ತಂಗಪ್ಪ ಜೆಬೆ
ದಾಯ೦ನ, ಕೂಲಿಕಾರರೊಂದಿಗೆ ದೋಣಿಯೊ ಬುಟ್ಟೊಟು, ಅವ೦
ನ್ನಿಂದಾಡು ಹೋದರು.

21. ಆ ಮೇಲೆ ಅವಕ ಕಪೆರ್ನಾಮುಗ ಹೋದರು. ಅವ೦
ಮಾಪುಜಿನದೊ ಒಡನೇ ಸಬೆಗುಡಿಗ ಹೋಗಿ ಬೋದಿಸಿದ೦.

22. ಅವ೦ ವೇದಸಾಸ್ತ್ರಿರಿಗೊ ಮಾಕೆ ಬೋದಿಸದೆ, ಅದಿಕಾರ
ಉಳ್ಳವ೦ನಾಗಿ ಅವಕಗ ಬೋದಿಸಿದದುನೆಂದ ಆವ೦ನ ಬೋದನೆಗ
ಅದಿಸೆಯ ಪಟ್ಟರು.

23. ಆಗ ಅವಕರ ಸಬೆಗುಡಿಯೊ ಅಸುದ್ದಾತ್ಮ ಉಳ್ಳ ಒಬ್ಬ೦
ಮನಿಚ೦ ಇದ್ದ೦.

24. ಅವ೦ ನಜರೇತೂರುನವ೦ನಾದ ಯೇಸುವೇ! ಎಂಗಗೂ
ನಿನಗೂ ಏನ? ಎಂಗ್ಬುವ ನಾಸ ಮಾಡುವದುಗ ಬಂದೆಯಾ? ನೀ ದಾ
ರಾಂದು ಬಲ್ಲೆ೦; ನೀ ದೇವರ ಪರಿಸುದ್ದತಾ೦ ಎಂದು ಕಿಱಿಚಿದ೦.

25. ಆಗ ಯೇಸು, ಸಪ್ಪೇನಿದ್ದು, ಎವ೦ಸ ಬುಟ್ಟುಕಡೆ!
ಎಂದು ಅದುನ ಗದರಿಸಿದ೦.

26. ಆಗ ಆ ಅಸುದ್ದಾತ್ಮ ಅವ೦ನ ಗುಂಜಿಯಾಡಿಸಿ, ಬಲೂ
ಸದ್ದೂಂದ ಕಿಱಿಚಿ, ಅವ೦ನ ಬುಟ್ಟು ಕಡೆದ.

27. ಅದುಗ ಎಲ್ಲಾ ಬಲೂ ಅದಿಸೆಯ ಪಟ್ಟು, ಈ ಹೊಸ ಬೋದನೆ ಎತ್ತವದು? ಎವಂ ಅದಿಕಾರಾಂದ ಅಸುದ್ದಾತ್ಮಗ್ಟೊಗ ಅಪ್ಪಣೆ ಕೊಟ್ಟನಂ; ಅವೆ ಎವಂಗ ಬ್ಟಿಗಾರೊತವ ಎಂದು ತಂಗ್ಟೊೀಗೆ ತರ್ಕ ಮಾಡಿಯುಂಡರು.

28. ಒಡನೇ ಅವಂನ ಸುದ್ದಿ ಗಲಿಲಾಯದ ಸುತ್ತು ಮುತ್ತೂ ಹಡುವ ನಾಡೆಲ್ಲಾಗೂ ಹಬ್ಬಿತು.

29. ಅವಕ ಆಗವೇ ಸಬೆಗುಡಿಯ ಬುಟ್ಟು ಕಡೆದು, ಯಾಕೋಬಂ, ಯೋಹಾನಂ ಎಂಬವಕರೊಂದಿಗೆ ಸೀಮೋನಂ ಅಂದ್ರೆಯಂ ಎಂಬವಕರ ಮನೆಗ ಬಂದರು.

30. ಆಗ ಸೀಮೋನನ ಮಮ್ಮಿ ಜರ ಆಗಿ ಬ್ಟುದ್ದೂಂಡಿದ್ಟ. ಅವಕ ಒಡನೇ ಅವ್ಟುವ ಕುಱಿತು ಅವಂಗ ಹ್ಟೇಗಿದರು.

31. ಅವಂ ಸಾರೆ ಹೋಗಿ, ಅವ್ಟ ಕೈಯ ಹಿಡಿತು, ಅವ್ಟುವ ಎತ್ತಿದಂ; ಆಗ ತಾನೇ ಜರ ಅವ್ಟುವ ಬುಟ್ಟುಬುಟ್ಟ; ಆಗ ಅವ್ಟ ಅವಕಗ ಉಪಚಾರ ಮಾಡಿದ್ಟ.

32. ಹಿಂದೆ, ಸಂದ್ಹೊತ್ತಾಗಿ, ಹ್ಟೊತ್ತು ಬ್ಟುದ್ದದೆಮ್ಮನೆ, ಅವಕ ಸಂಗಟದವಕರವೂ, ಪಿಸಾಚಿ ಹಿಡಿತವಕರವೂ ಅವಂನ ಸಾರೆ ಹೊತ್ತು ಬಂದರು.

33. ಪಟ್ಟಣದವಕರೆಲ್ಲಾ ಮನೆಬಾಗಿಲು ಮುಂದಾಡು ಕೂಡಿ ಬಂದಿದ್ದರು.

34. ಆಗ ಅವಂ ಪಲವಿದ ರೋಗಾಂದ ಸಂಗಟಾಗಿದ್ದ, ಅನೇಕ್ಟಾವ ಓಸೆ ಮಾಡಿ, ಅನೇಕ ಪಿಸಾಚಿಗ್ಟುವ ಕಡಸಿದಂ; ಆ ಪಿಸಾಚಿಗ್ಟೊ ತನ್ನ ಅಱಿದಿದ್ದದುನೆಂದ, ಅವೆ ಮಾತಾಡುವದುಗ ಎಡೆ ಕೊಡುಲೆ.

35. ಅವಂ ಒಱಿಕ್ಟೆದ್ದು, ಬ್ಟಾಗಾಪದುಗ ಇನ್ನೂ ಬಲೂ ಜಾಮ ಹಡುವನೆ ತಾನೇ ಎ್ಟದ್ದು ಕಡೆದು, ಒಂದು ಕಾಡುಗ ಹೋಗಿ ಅಲ್ಲಿ ಹರಕೆ ಮಾಡಿದಂ.

36. ಸೀಮೋನನೂ, ಅವ್ಂಸೊಂದಿಗೆ ಇದ್ದವಕರೂ, ಹಿಂದು
ಮೇಲೆ ಹೋಗಿ,

37. ಅವ್ಂನ ಕಂಡು, ಎಲ್ಲಾ ನಿನ್ನ ಅಱಿಸಿಯಾಱಿ ಎಂದು
ಹ್ಟೇಗಿದರು.

38. ಆಗ ಅವ್ಂ ಅವಕಗ ನಾಂ ಅಲ್ಲಿಗಡ್ತವೂ ಸಾಱುವ
ಹೆಂಗೆ, ನಂಗ ಅಕ್ಕಪಕ್ಕದ ಊರುಗ್ಳ್ಟೀಗ ಹೋಪೊಂ ಬಾರಿವಿ;
ಇದುಗಾಗಿತಾಂ ನಾಂ ಕಡೆದು ಬಂದಿದ್ದೆಂ ಎನ್ನ್ಂ.

39. ಅವ್ಂ [ಒಳ್ಳೆಯ ಸುದ್ದಿಯ] ಸಾಱಿಯುಂಡೂ, ಪಿಸಾ
ಚಿಗ್ಳ್ಟವ ಕಡಸಿಯುಂಡೂ, ಗಲಿಲಾಯ ಮುಚ್ಳ್ಟಡೂ ಹಡುವ ಅವ
ಕರ ಸಬೆಗುಡಿಗ್ಳ್ಟ ಬ್ಟಾಯಿ ಸುತ್ತಿದ್ಂ.

40. ಆಗ ಒಬ್ಬ್ಂ ಕುಟ್ಟೆಹಿಡಿತವ್ಂ ಅವ್ಂನ ಸಾರೆ ಬಂದು,
ಅವ್ಂನ ಮುಂದಾಡು ಮೊಣಕಾಲೂಱಿ, ನಿನಗ ಮನಸ್ಥಟ್ಟಲೆ ನೀ
ಎನ್ನ ಸುದ್ದ ಮಾಡ ಬಲ್ಲೆ, ಎಂದು ಅವ್ಂನ ಕೆಂಜಿಯುಣ್ಣ್ಂ.

41. ಯೇಸು ಮನಸ್ಸೆಱಿಗಿ, ಕೈಯ ನೀಟಿ, ಅವ್ಂನ ಮುಟ್ಟಿ,
ಎನಗ ಮನಸ್ಥಡದೆ, ನೀ ಸುದ್ದ ಆಗು ಎನ್ನ್ಂ.

42. ಒಡನೇ ಕುಟ್ಟೆನೋ ಅವ್ಂನೆಂದ ನೀಂಗಿ, ಅವ್ಂ ಸುದ್ದ
ಆದ್ಂ.

43. ಆಗ ಅವ್ಂ, ಅವ್ಂಗ ಕಂಡಿಪ್ಪಾಗಿ ಉತ್ತರ ಮಾಡಿ, ಒಡ
ನೇ ಕ್ಟೇಗಿ, ಹ್ಟೇಗಿದ್ದೇನಾಂದಲೆ:—

44. ನೋಡಿಯುಳ್ಳೋ! ನೀ ದಾರಗೂ ಏನೂ ಹ್ಟೇಗ ಬೇಡ;
ಆಲೆ ನೀ ಹೋಗಿ, ಪೂಜಾರಿಗ ನಿನ್ನ ತೋರಿಸಿಯುಟ್ಟು, ನೀ ಸುದ್ದ
ಆದದುಗಾಗಿ, ಮೋಸೆ ನೇಮಿಸಿದವೆಯ ಕಾಣಿಕೆಯಾಗಿ ಕೊಡು!
ಅದು ಜನಗ ಸಾಕಿಚಿಯಾಗಿ ಹಡಲಿ! ಎನ್ನ್ಂ.

45. ಆಲೆ ಅವ್ಂ ಕಡೆದು ಹೋಗಿ, ಈ ಸಂಗತಿಯ ಅಪ್ಪ
ಱಾಗಿ ಸಾಱಿ, ಎಲ್ಲೆಲ್ಲಿಯೂ ಹಬ್ಬಿಸುವದುಗ ತೊಡಗಿದದುನೆಂದ,
ಯೇಸು ಬ್ಟೈಲಾಗಿ ಪಟ್ಟಣಗ ಹುಗುವದುಗ ಆಗದೆ, ಹೊರಾಚು
ಕಾಡುಗಡ್ಡ ತಂಗಿಯುಂಡಿದ್ದ್ಂ. ಬೈಯು ಎಲ್ಲಾ ಕಡೇಂದ ಜನ
ಅವ್ಂನ ಸಾರೆ ಬಂದರು.

೨. ಸಂದಿ.

1. ಜೋಚಿ ಜಿನಗ್ಳೊ ಆದ ಮೇಲೆ ಅವ಼ ತಿರಿಗಿ ಕಪೆರ್ನಾ಼
ಮುಗ ಹೋದ಼; ಅವ಼ ಮನೆಯೊ ಇದ್ದನೇ಼ಂದು ಸುದ್ದಿ ಆದದೆ
ವ್ಮ್ಮನೆ,

2. ಬಾಗಿಲು ಸಾರೆ ಕೂಡ ಎಡೆ ಎಟ್ಟದ ಹೆಂಗೆ ಅನೇಕ್ಕಾ
ಕೂಡಿ ಬಂದರು; ಅವ಼ ಅವಕಗ [ದೇವರ] ವಾಕ್ಕ ಹ್ಟೇಗಿದ಼.

3. ಆಗ ನಾಕ್ಕಾವ ಹೊರಿಸಿಯುಂಡ ಒಬ್ಬ ಪಕ್ಕೆವಾವಿ ನೋ
ದವ಼ನ, ಅವ಼ನ ಸಾರೆ, ಹೊತ್ತ್ತು ಬಂದರು.

4. ಜನ ಕೂಟಗಾಗಿ ಅವ಼ನ ಸಾರೆ ಹೋಪದುಗ ಆಗದೆ
ಹೋದದೆವ್ಮ್ಮನೆ; ಅವ಼ ಇದ್ದ ಮನೆಯ ಹೊದೆಯ ಹಿರಿತು,
ಕೊಱಿತು, ಆ ಪಕ್ಕೆವಾವಿ ನೋದವ಼ ಹಡಿದಿದ್ದ ಮಚ್ಚವ ಎಱಿ
ಕಿದರು.

5. ಯೇಸು ಅವಕರ ನಂಬಿಗೆಯ ನೋಡಿ, ಮಗನೇ! ನಿನ್ನ
ಪಾಪಗ್ಳೊ ಪರಿಹಾರ ಆಗಿ ಹಡದೆ ಎಂದು, ಆ ಪಕ್ಕೆವಾವಿ ನೋದ
ವ಼ಗ ಹ್ಟೇಗಿದ಼.

6. ಆಲೆ ಅಲ್ಲಿ ಕುಳಿದಿದ್ದ ವೇದಸಾಸ್ತ್ರಿಗ್ಳೋಗೆ ಜೋಚಿ ಆ್ಟ,

7. ಎವ಼ ಇತ್ತೆ [ದೇವ] ದೂಪಣೆ ನುಡಿವದೇನ? ದೇವರೊ
ಬ್ಬ಼ನೇ ಅಲ್ಲದೆ, ಪಾಪಗ್ಟುವ ಪರಿಹಾರ ಮಾಡ ಬಲ್ಲವ಼ ದಾರ?
ಎಂದು ತಂಗ ಮನಸ್ಸನೊ ಆಲೋಚನೆ ಮಾಡಿಯುಂಡಿದ್ದರು.

8. ಅವಕ ತಂಗ್ಳೋಗೆ, ಇತ್ತೆ ಆಲೋಚನೆ ಮಾಡಿಯಾ
ರಾಂದು ಒಡನೇ ಯೇಸು ತನ್ನ ಆತ್ಮದೊ ಅಱಿದೂಂಡು, ನಿಂಗ,
ನಿಂಗ ಮನಸ್ಸನೊ ಎಕ ಇತ್ತವ ಆಲೋಚನೆ ಮಾಡಿಯಾಱಿ?

9. ನಿನ್ನ ಪಾಪಗ್ಳೊ ನಿನಗ ಮನ್ನಿಸಿ ಹಡದೆ ಎಂಬದೋ?
ಟ್ಟಿದ್ದು ನಿನ್ನ ಮಚ್ಚವ ಎತ್ತಿಯುಂಡು ನಡೆ! ಎಂಬದೋ? ಏಯದು
ಎಳ್ಳಲು?

10. ಆಲೆ ಬೂಮಿಯು ಮೇಲೆ ಪಾಪಗ್ಟುವ ಮನ್ನಿಸುವದುಗ, ಮನಿಚ೦ನ ಮಗಗ ಅದಿಕಾರ ಹಡದೇ೦ಬದುನ ನಿ೦ಗ ಅಱಿದೊಳ ಬೇಕೊ೦ದು ಹ್ಟೇಗಿ; ಆ ಪಕ್ಕೆವಾಎ ನೋದವ೦ಗ,

11. ನೀ ಏ್ಟದ್ದು, ನಿನ್ನ ಮಚ್ಚವ ಎತ್ತಿಯು೦ಡು ನಿನ್ನ ಮನೆಗ ಹೋಗೊ೦ದು ನಾ೦ ನಿನಗ ಹ್ಟೇಗಿನೆ ಎನ್ನ೦.

12. ಅವ೦ ಏ್ಟದ್ದು, ಒಡನೇ ತನ್ನ ಮಚ್ಚವ ಎತ್ತಿಯು೦ಡು ಎಲ್ಲಾ ಮು೦ದಾಡು ಹೋದ೦. ಅದುಗ, ಎ೦ಗ ಒ೦ದು ಕಾಲದೋ ಗ್ಟಿಯೂ ಈ ಮಾದ್ರಿಗ ಕ೦ಡದಿಲ್ಲೇ೦ದು ಹ್ಟೇಗಿ, ಎಲ್ಲಾ ಅದಿಸೆಯು ಪಟ್ಟು, ದೇವರ ಮ್ಯೆಮೆ ಪಡಿಸಿದರು.

13. ಅವ೦ ತಿರಿಗಿ ಕಡೆದು ಸೌ೦ದ್ರ ಕತ್ತುದಾರಿ ಹೋದ೦; ಆಗ ಜನ ಎಲ್ಲಾ ಅವ೦ನ ಸಾರೆ ಬ೦ದರು; ಅವ೦ ಅವಕಗ ಬೋ ದಿಸಿದ೦.

14. ಅವ೦ ನಡೆದೂ೦ಡು ಹೋಪನೆ, ಅಲ್ಪಾಯುನ ಮಾತಿ ಯಾದ ಲೇವಿ, ಸುಕ್ಕದೊ ಕುಳಿದಿಬ್ಬದುನ ಕ೦ಡು, ನೀ ಎನ್ಹಿ೦ದಾ ಡು ಬಾ! ಎ೦ದು ಅವ೦ಗ ಹ್ಟೇಗಿದ೦; ಅವ೦ ಏ್ಟದ್ದು ಅವ೦ನ್ಹಿ೦ ದಾಡು ಹೋದ೦.

15. ಯೇಸು ಅವ೦ನ ಮನೆಯೊ ತೀನಿಗ ಕುಳಿದಿಬ್ಬನೆ, ಅನೇಕ ಸುಕ್ಕದವಕರೂ, ಪಾಪಿಗ್ಟೊವ್ರೂ, ಅವ೦ನೊ೦ದಿಗೆಯೂ ಆವ೦ನ ಸಿಸಿಯರೊ೦ದಿಗೆಯೂ [ಹತ್ತೆಯದೊ] ಕುಳಿದರು. ಏಕಾ೦ದಲೆ, ಅನೇಕರಾಗಿದ್ದ ಅವಕ ಅವನ್ಹಿ೦ದಾಡು ಒ೦ದಿದ್ದರು.

16. ಆಗ ವೇದಸಾಸ್ತ್ರಿರಿಗ್ಟೊವ್ರೂ, ಪರಿಸಾಯರೂ ಅವ೦ ಸು ಕ್ಕದವಕರೊ೦ದಿಗೆಯೂ, ಪಾಪಿಗ್ಟೊ ಒ೦ದಿಗೆಯೂ, ತಿ೦ದು ಕುಡಿ ಪದುನ ಕ೦ಡು, ಅವ೦ ಸುಕ್ಕದವಕರೊ೦ದಿಗೆಯೂ, ಪಾಪಿಗ್ಟೊ ಒ೦ದಿಗೆಯೂ ತಿ೦ದು ಕುಡಿಪದೇನ? ಎ೦ದು ಅವ೦ನ ಸಿಸಿಯರುಗ ಹ್ಟೇಗಿದರು.

17. ಯೇಸು ಅದುನ ಕ್ಟೇತು, ಸೊಗ ಉಳ್ಳವಕಗ ಪ೦ಡು ತಗಾರ೦ ಬೇಕಿಲ್ಲೆ, ಆಲೆ ಸ೦ಗಟದವಕಗತಾ೦ ಬೇಕು; ನಾ೦

ನೀತಿವತ್ತ್ರರ ಕೊರಸುವದುಗ ಬಂದವಂನಲ್ಲ, ಪಾಪಿಗ್ಟೊವ ಕೊರ ಸುವದುಗ ಬಂದವಂ ಎಂದು ಅವಕಗ ಹ್ಟೇಗಿದಂ.

18. ಇದಲ್ಲದೆ ಯೋಹಾನನ ಸಿಸಿಯರೂ, ಪರಿಸಾಯರ ಸಿಸಿಯರೂ ಉಪಾಸ ಇದ್ದರು. ಆಗ ಅವಕ ಅವಂನ ಸಾರೆ ಬಂದು, ಯೋಹಾನನ ಸಿಸಿಯರೂ, ಪರಿಸಾಯರ ಸಿಸಿಯರೂ ಉಪಾಸ ಇದ್ದೆಗ, ನಿನ್ನ ಸಿಸಿಯರು ಉಪಾಸ ಇಬ್ಬದಿಲ್ಲೆ ಏಕ? ಎಂದು ಕ್ಟೇತರು.

19. ಆಗ ಯೇಸು ಮದುವೆಯ ಗಂಡು ಅವಕರೊಂದಿಗೆ ಇಬ್ಬನೆಗ, ಮದುವೆಯ ಜನ ಉಪಾಸ ಇಬ್ಬದುಗಾರವಾ? ಮದುವೆಯ ಗಂಡು ತಂಗೊಂದಿಗೆ ಇಬ್ಬನೆಗಟ್ಟ ಉಪಾಸ ಇಬ್ಬದುಗ ಆಗ.

20. ಆಲೆ ಮದುವೆಯ ಗಂಡು ಅವಕರ ಸಾರೇಂದ ಎತ್ತ್ರಿಸಿಯುಂಡ್ಡೋಪ ಕಾಲ ಬಂದರ; ಆಗ ಆ ಜಿನದೊ ಉಪಾಸಿದ್ದಾರಿ.

21. ಇದಲ್ಲದೆ ಹ್ಟಯೆಯ ಬಟ್ಟೆಗ ಹೊಸ ಬಟ್ಟೆಯ ಪಟ್ಟ ದಾರೂ ಇಕ್ಕುವದಿಲ್ಲೆ; ಇಕ್ಕಿಲೆ ಹೊಸ ಪಟ್ಟು ಹ್ಟಯೆಯದುನ ನಂಜುವದುನೆಂಡ ಹಱಿ ಹೆಚ್ಚಾರ.

22. ಹೊಸ ಮುಂದಿರಿ ರಸವ, ಹ್ಟಯೆಯ ಬುದುಲೆಗ್ಟೊಗ ದಾರೂ ಅಟ್ಟುವದಿಲ್ಲೆ; ಅಟ್ಟಿಲೆ ಹೊಸ ಮುಂದಿರಿ ರಸ ಬುದುಲೆಗ್ಟೊವ ಒಡೆತು ಬುಟ್ಟರ, ಮುಂದಿರಿ ರಸ ಸೂಸಿ ಹೋರ, ಬುದುಲೆಗ್ಟೊ ಕೆಟ್ಡೋರೊ; ಆಲೆ ಹೊಸ ಮುಂದಿರಿ ರಸವ, ಹೊಸ ಬುದುಲೆಗ್ಟೊಗ ಅಟ್ಟ ಬೀಪದು ಎಂದು ಅವಕಗ ಹ್ಟೇಗಿದಂ.

23. ಹಿಂದೆ ಅವಂ ಮಾಪು ಜಿನದೊ, ಬ್ಟೇ ಹೊಲವ ಕಡೆದು ಹೋಪನೆಗ ಏನಾತೂಂದಲೆ: ಅವಂನ ಸಿಸಿಯರು ನಡೆದೂಂಡ್ಡೋಪನೆ ತೆನೆಗ್ಟೊವ ಹುಸಿಪದುಗ ತೊಡಂಗಿದರು.

24. ಆಗ ಪರಿಸಾಯರು ಅವಂಗ ಎದಗೇ ಎವಕ ಮಾಪು ಜಿನದೊ ಮಾಡ ಬಾರದದುನ ಏಕ ಮಾಡಿಯಾರ? ಎಂದು ಹ್ಟೇಗಿದರು.

25. ಅದುಗ ಅವ೦ ದಾವೀದು ಅವಸ್ಯಹಡೋನೆ, ತಾನೂ ತನ್ನೊಂದಿಗೆ ಇದ್ದವಕರೂ, ಹಸಿತಿಬ್ಬನೆ ಏನ ಮಾಡಿದಾ೦ಂದೂ,

26. ಅವ೦ ದೊಡ್ಡ ಪೂಜಾರಿಯಾದ ಅಬಿಯಾತರನ ಕಾಲದೊ ದೇವರ ಗುಡಿಗ ಹುಕ್ಕು, ಪೂಜಾರಿಗ್ಳೊ ಅಲ್ಲದೆ ಬೇರೆ ದಾರೂ ತಿನ್ನಬಾರದ, ದೇವರ ಮುಂದಾಡು ಬೀತಿದ್ದ ದೊಟ್ಟಿಗ್ಳೊವ ತಿಂದು, ತನ್ನೊಂದಿಗೆ ಇದ್ದವಕಗೂ ಕೂಡಾ ಕೊಟ್ಟಾ೦ಂದೂ, ನಿಂಗ ಎಂದಾಲೆಯೂ ಓದುಲ್ಲೆಯಾ? ಎಂದು ಅವಕಗ ಹ್ಟೇಗಿದ೦.

27. ಇದಲ್ಲದೆ, ಮೂಪು ಜಿನವ ಮನಿಚಗಾಗಿ ಉಟ್ಟುಮಾಡಿ ಹಡದೆ, ಮನಿಚ೦ನ ಮೂಪುಜಿನಗಾಗಿ ಉಟ್ಟುಮಾಡುಲ್ಲೆ,

28. ಆದದುನೆಂದ ಮನಿಚ೦ನ ಮಾತಿ ಮೂಪು ಜಿನಗೂ ಆಂಡವ೦ನಾಗಿದ್ದ೦ನೆ ಎಂದು ಅವಕಗ ಹ್ಟೇಗಿದ೦.

3. ಸಂದಿ.

1. ಅವ೦ ತಿರಿಗಿ ಸಬೆಗುಡಿಗ ಹುಕ್ಕ೦; ಅಲ್ಲಿ ಸೊತ್ತೆ ಬುದ್ದ ಕೈಯುಳ್ಳ ಒಬ್ಬ ಮನಿಚ೦ ಇದ್ದ೦.

2. ಮೂಪು ಜಿನದೊ ಅವ೦ನ ಓಸೆ ಮಾಡಿಲೆ, ಅವ೦ನ ಮೇಲೆ ತಪ್ಪು ಹೊರಿಸೊ೦ ಎಂದು ಅವಕ ಕಾತಿದ್ದರು.

3. ಆಗ ಅವ೦ ಒಣಗಿದ ಕೈಯುಳ್ಳ ಮನಿಚ೦ಗ ಟ್ಟದ್ದು ನಡುವೆ ನಿಲ್ಲು ಎಂದು ಹ್ಟೇಗಿಯುಟ್ಟು,

4. ಅವಕರ ಮೂಪು ಜಿನದೊ ಒಳ್ಳೆಯದುನ ಮಾಡುವದೋ? ಕೆಟ್ಟದುನ ಮಾಡುವದೋ? ಪೆರಣವ ಉಬ್ಸೋದೋ? ಕೊಬ್ಬದೋ, ಏಯದು ನಾಯು? ಎನ್ನ೦. ಅದುಗ ಅವಕ ಸಪ್ಪನಿದ್ದೊಂಡರು.

5. ಆಗ ಅವ೦ ಅವಕರ ಇರುದಯದ ಕಟಿಣಗಾಗಿ ದುಕ್ಕಪಟ್ಟು, ಕೋಪಾಂದ ಅವಕರ ಸುತ್ತುಮುತ್ತೂ ನೋಡಿ, ಆ ಮನಿಚ೦ನ, ನಿನ್ನ ಕೈಯ ನೀಟು! ಎನ್ನ೦. ಅವ೦ ನೀಟಿದ೦; ಆಗ ಅವ೦ನ ಕೈ ಓಸೆ ಆತು.

6. ಒಡನೇ ಪರಿಸಾಯರು ಕಡೆದು ಹೋಗಿ, ಅವ಼ನ ಏಯು
ಲೆಕ್ಕದೊ ಕೊಬ್ಬದೂಂದು, ಅವ಼ಗ ಬಿರೋದವಾಗಿ ಹೆರೋದ್ಯ
ರೊಂದಿಗೆ ಆಲೋಚನೆ ಮಾಡಿದರು.

7. ಆಗ ಯೇಸು ಅಲ್ಲೀಂದ, ತನ್ನ ಸಿಸಿಯರೊಂದಿಗೆ
ಸೌಂದ್ರ ಕರೆಗ ಹೋದ಼;

8. ಆಗ ಗಲಿಲಾಯಾಂದವ್ರೂ, ಯೂದಾಯಾಂದವ್ರೂ ಎರು
ಸಲೇಮೂಂದವ್ರೂ, ಇದೂಮ್ಯಾಂದವ್ರೂ, ಯೋರ್ದಾನುನ ಅಕ್ಕರೇಂ
ದವ್ರೂ ಅಪ್ಪಱಿ ಜನ ಅವ಼ನ ಸಾರೆ ಬಂದು, ಅವ಼ನ್ನಿಂದಾಡು
ಹೋದರು; ಇದಲ್ಲದೆ ತೂರು ಸೀದೋನು ಕಡೆಯುವಕರಾದ ಅನೇಕ
ಜನ ಅವ಼ ಮಾಡಿದ ಅದಿಸೆಯು ಗೆಲಸಗ್ಳೊವ ಕುಱಿತು ಕೇಳ್ಪಿ
ಪಟ್ಟು, ಅವ಼ನ ಸಾರೆ ಬಂದರು.

9. ಜನ ಜಾಸ್ತಿಯಾದದುನೆಂದ, ಅವಕ ತನ್ನ ಇಱಿಕದ್ಧಂಗೆ
ಒಂದು ದೋಣಿಯ ತಾಯಾರು ಮಾಡಿ ಬೀಪದೂಂದು, ಅವ಼
ತನ್ನ ಸಿಸಿಯರುಗ ಹ್ಡೇಗಿದ಼.

10. ಏಕಾಂದಲೆ ಅವ಼ ಅಪ್ಪರ್ಗ್ಟಾವ ಓಸೆ ಮಾಡಿದ಼; ಅದು
ನೆಂದ ಸಂಗಟಾದವಕ್ಕೆಲ್ಲಾ, ಅವ಼ನ ಮುಟ್ಟುವ ಹೆಂಗೆ ಅವ಼ನ
ಸಾರೆ ಬಂದು ಅವ಼ನ ಇಱಿಕಿದರು.

11. ಇದಲ್ಲದೆ ಅಸುದ್ದ ಆತ್ಮಗ್ಳೊ ಅವ಼ನ ಕಂಡಾಗೆಲ್ಲಾ,
ಅವ಼ನ ಮುಂದಾಡು ಅಡ್ಡಬ್ಬುದ್ದು, ನೀ ದೇವರ ಮಗಾಂದು
ಕೊರಸಿದೊ.

12. ಆಲೆ ಅವೆ ತನ್ನ ಕುಱಿತು ತಿಳಿಯುಪಡಿಸದ್ಧಂಗೆ, ಅ
ವೆಗ ಕಂಡಿಪ್ಪಾದ ಉತ್ತರ ಮಾಡಿದ಼.

13. ಹಿಂದೆ ಅವ಼ ಒಂದು ಬೆಟ್ಟೊದಗ ಹತ್ತಿ, ತನಗ ಇಸ್ಟಾ
ದವಕರ ತನ್ನ ಸಾರೆ ಕೊರಸಿದ಼. ಅವಕ ಅವನ ಸಾರೆ ಬಂದರು.

14. ಆಗ ಅವ಼ ತನ್ನೊಂದಿಗೆ ಇಬ್ಬ ಹೆಂಗೆಯೂ, ಸಾಱೋ
ದುಗ ತಾ಼ ಕ್ಟೇಗುವ ಹೆಂಗೆಯೂ,

15. ಪಿಸಾಚಿಗ್ಳೆನ್ ಕಡಸೋದುಗ ಅದಿಕಾರವುಳ್ಳವಕರಾಗಿ ಇಬ್ಬದುಗೂ, ಹನ್ನೆರಡ್ಲೆನ್ ನೇಮಿಸಿದು.

16. ಅವಕಾರಾಂದಲೆ, ಸೀಮೋನು, ಎವುಗ ಪೇತ್ರಾಂದು ಹೆಸರಿಕ್ಕಿದು;

17. ಜೆಬೆದಾಯನು ಮಾತಿ ಯಾಕೋಬು, ಯಾಕೋಬುನ ಅಣ್ಣತಮ್ಮನಾದ ಯೋಹಾನುನ, ಎವಕಗ ಗುಡುಗುನ ಮಕ್ಲೆಂಬ ಅರ್ತವುಳ್ಳ ಬೊವನೆರ್ಗೆಸ್ ಎಂದು ಹೆಸರಿಕ್ಕಿದು;

18. ಅಂದ್ರೆಯು, ಪಿಲಿಪ್ಪು, ಬಾರ್ತಲೋಮಾಯು, ಮತ್ತಾಯು, ತೋಮು, ಅಲ್ಪಾಯನ ಮಾತಿ ಯಾಕೋಬು, ತದ್ದಾಯು, ಕಾನಾನ್ಯನಾದ ಸೀಮೋನು,

19. ಅವುನ ಒಪ್ಪಿಸಿ ಕೊಟ್ಟ ಇಸ್ಕರಿಯೋತೊಂಬ ಯೂದು ಎಂಬವಕತಾು.

20. ಆ ಮೇಲೆ ಅವು ಮನೆಗ ಬನ್ನು. ಅವಕ ಹಿಟ್ಟುತಿಂಬದುಗೂ ತೆತ್ತದ್ದೆಂಗೆ, ಜನ ತಿರಿಗಿ ಕೂಡಿ ಬಂದರು.

21. ಅವುನ ನಟ್ಟುಗಾರರು ಇದುನ ಕೇಳ್ಳಿ ಪಟ್ಟದೆಮ್ಮನೆ, ಅವು ಪುಚ್ಚು ಹಿಡಿತೊಂಡಿದ್ದನೆ ಎಂದ್ಲೆೀಗಿ, ಅವುನ ಹಿಡಿಪದುಗ ಬಂದರು.

22. ಯೆರುಸಲೇಮುೂಂದ ಬಂದ ವೇದಸಾಸ್ತ್ರಿರಿಗೊ: ಅವುಗ ಬೆಲ್ಜೆಬೂಲು ಹಿಡಿತ್ತಡದೇಂದೂ, ಪಿಸಾಚಿಗ್ಳೆನ್ ಅದಿಕಾರಗಾರನ ಕೊಂಡು, ಪಿಸಾಚಿಗ್ಳೆನ್ ಕಡಸಿನಾಂದೂ, ಹ್ಲೆೀಗಿದರು.

23. ಆಗ ಅವು ಅವಕರ ತನ್ನ ಸಾರೆ ಕೊರಸಿ, ಒರಟುಗ್ಳೆೀಂದ ಅವಕಗ ಹ್ಲೆೀಗಿದ್ದೇನಾಂದಲೆ:— ಸೈತಾನು ಸೈತಾನನ ಕಡಸುವದೆತ್ತತೆ?

24. ಒಂದು ರಾಜ್ಯ ತನಗ ತಾನೇ ಬಿರೋದವಾಗಿ ಹಿರಿದಲೆ, ಆ ರಾಜ್ಯ ನಿಲ್ಲಾಬಿ.

25. ಒಂದು ಮನೆ ತನಗ ತಾನೇ ಬಿರೋದವಾಗಿ ಹಿರಿದಲೆ, ಆ ಮನೆ ನೆಲೆನಿಬ್ಬದುಗ ಆಗಾಬಿ;

26. ಸೈತಾನಂ ತನಗ ತಾನೇ ಬಿರೋದವಾಗಿ ಎಟ್ಟದ್ದು, ಹಿರಿ
ದಲೆ ಅವಂ ನೆಲೆನಿಲ್ಲಾಱಿಂ; ಅವಂಗ ಮುಡಿವು ಬಂದ್ದೋರ.

27. ಬಲಸಾಲಿಯಾದವಂನ ಮುಂದಾಡೇ ಕಟ್ಟಿ ಹಾಕಿಲೆ
ಅಲ್ಲದೆ, ಏಯುವಂನಾಲೆಯೂ ಬಲಸಾಲಿಯಾದವಂನ ಮನೆಗ್ಗು
ಕ್ಕು, ಅವಂನ ಸೊತ್ತುಗ್ಗೊವ ಸೂಱೆ ಮಾಡಾಱಿಂ; ಆಲೆ ಅವಂನ
ಕಟ್ಟಿ ಹಾಕಿಲೆ, ಆಗ ಅವಂನ ಮನೆಯು ಸೂಱೆ ಮಾಡಿನಂ.

28. ನಾಂ ನಿಜಾಗಿ ನಿಂಗಗ ಹ್ಟೇಗಿನೆ, ಮನಿಚರು ಮಾಡುವ
ಎಲ್ಲಾ ಪಾಪಗ್ಗೊಟ್ಟಿಗೂ, ಅವಕ ದೂಸಣೆ ಮಾಡುವ ಎತ್ತವ ದೂ
ಸಣೆಗೂ ಮನ್ನಿಪ್ಪು ಸಿಕ್ಕಿರ;

29. ಆಲೆ ಪರಿಸುದ್ಧಾತ್ಮಗ ಬಿರೋದವಾಗಿ ದೂಸಣೆ ನುಡಿದ
ವಂ ಏಯುವಂನೋ ಅವಂಗ, ಒಂದು ಕಾಲಗೂ ಮನ್ನಿಪ್ಪು ಸಿಕ್ಕ,
ಆಲೆ ನಿತ್ಯವಾದ ದಂಡಣೆಗ ಗುಱಿಯಾಗಿದ್ದನೆ ಎನ್ನಂ;

30. ಅವಂಗ ಅಸುದ್ಧ ಆತ್ಮ [ಹಿಡಿತೂಂಡು] ಹಡದೇಂದು
ಅವಕ ಹ್ಟೇಗಿದದುನೆಂದ ಅವಂ ಇತ್ತೆ ಹ್ಟೇಗಿದಂ.

31. ಆಗ ಅವಂನ ಅಣ್ಣತಮ್ಮನ್ಟಾವೂ, ಅವ್ವೆಯೂ ಬಂದರು;
ಅವಕ ಹೊಱಾಚು ನಿದ್ದೂಂಡು ಅವಂನ ಕೊರಸುವದುಗ, ಹ್ಟೇಗಿ
ಕ್ಟೇಗಿದರು.

32. ಜನ ಅವಂನ ಸುತ್ತೂ, ಕುಳಿದಿದ್ದರು; ಅವಕ ಅವಂಗ
ಎದಗೇ ನಿನ್ನವ್ವೆಯೂ, ನಿನ್ನಣ್ಣತಮ್ಮನ್ಟಾವೂ, ಹೊರಾಚು ನಿನ್ನ
ಅಱಿಚಿಯಾಱಿವೇ ಎಂದು ಹ್ಟೇಗಿದರು.

33. ಅವಂ ಅವಕಗ ಮಱುಉತ್ತರಾಗಿ ಎನ್ನವ್ವೆಯೂ ಎನ್ನ
ಣ್ಣತಮ್ಮನ್ಟಾವೂ ದಾರ? ಎಂದ್ಟೇಗಿ,

34. ತನ್ನ ಸುತ್ತೂ ಕುಳಿದಿದ್ದವಕರ ಸುತ್ತುಮುತ್ತೂ ನೋಡಿ,
ಎದಗೇ ಎವಕತಾಂ ಎನ್ನವ್ವೆಯೂ ಎನ್ನಣ್ಣತಮ್ಮನ್ಟಾವೂ ಆಗಿದ್ದಾಱೆ.

35. ಏಕಾಂದಲೆ ದೇವರ ಚಿತ್ತದ ಪರಕಾರ ನಡೆವವಂ ಏಯು
ವಂನೋ ಅವಂನೇ ಎನಗ ಅಣ್ಣತಮ್ಮನೂ ಅಕ್ಕತಂಗೆಯೂ ಅವ್ವೆ
ಯೂ ಆಗಿದ್ದನೆಂ ಎನ್ನಂ.

4. ಸಂದಿ.

1. ಆವ೦ ತಿರಿಗಿ ಸೌಂದ್ರಕರೆಯೊ ಬೋದಿಸುವದುಗ ತೊ
ಡಂಗಿದ೦. ಅಪ್ಪಱಿ ಜನ ಅವ೦ನ ಸಾರೆ ಕೂಡಿ ಬಂದದುನೆಂದ,
ಆವ೦ ಸೌಂದ್ರದೊ ಹಟ್ಟ ದೋಣಿ ಒದಗ ಹತ್ತಿ ಕುಳಿದೂಣ೦; ಜನ
ಎಲ್ಲಾ ಸೌಂದ್ರಕರೆಯೊದಗ ಇದ್ದರು.

2. ಆಗ ಆವ೦ ಒರಟಾಗಿ ಅನೇಕ ಸಂಗತಿಗ್ಟುವ ಅವಕಗ
ಬ್ಹೋದಿಸಿದ೦. ಆವ೦ ತನ್ನ ಬೋದನೆಯ್ಟೋಗೆ ಅವಕಗ ಹ್ಟೇಗಿದ್ದು,
ಕ್ಟೇವಿ!

3. ಎದಗೇ! ಬಿತ್ತುವ೦ವ ಬಿತ್ತುವದುಗ ಕಡೆದ೦.

4. ಆವ೦ ಬಿತ್ತುವನೆ ಜೋಚಿ ಬಿತ್ತು ದಾರಿಕತ್ತುಗ ಬ್ಟುದ್ದೊ,
ಹಕ್ಕಿಲುಗ್ಟೊ ಬಂದು ಅವೆಯು ತಿಂದು ಬುಟ್ಟೊ.

5. ಬೇರೆ ಬಿತ್ತು ಅಪ್ಪಱಿ ಮಣ್ಣಿಲ್ಲದ ಅಱಿನೆಲ ಒದಗ
ಬ್ಟುದ್ದು, ಅಲ್ಲಿ ಮಣ್ಣುನೊ ಆಳ ಇಲ್ಲದದುನೆಂದ ಬೇಗನ ಮ್ಟೊ
ಯೆತ.

6. ಬಿಸಿಲೇಱಿದದೆಮ್ಮನೆ ಅದು ಬಾಡಿಹೋಗಿ, ಅದುಗ ಬೇರು
ಇಲ್ಲದದುನೆಂದ ಒಣಗಿ ಹೋತು.

7. ಬೇರೆ ಬಿತ್ತು ಮುಳ್ಳುಗಿಡಗ್ಟುವ ನಡುವೆ ಬ್ಟುದ್ದು,
ಮುಳ್ಳುಗಿಡು ಬ್ಟೇದು ಅದುನ ಇಱಿಕಿದದುನೆಂದ ಅದು ಪಲ
ಕೊಡುಲ್ಲೆ.

8. ಇನ್ನೂ ಜೋಚಿಬಿತ್ತು ಒಳ್ಳೆಯು ಬೂಮಿಗ ಬ್ಟುದ್ದು,
ಬ್ಟೇದು, ಹೆಚ್ಚಿ, ಒಂದು ಮುವತ್ತಾಸಗ, ಒಂದು ಆಱುವತ್ತಾಸಗ,
ಒಂದು ನೂರಾಸಗ ಪಲ ಕೊಟ್ಟೊ;

9. ಕ್ಟೇಪದುಗ ಕಿವಿಯುಳ್ಳವ೦ ಕ್ಟೇಯಲಿ! ಎನ್ನ೦.

10. ಆವ೦ ತನಿಯೊ ಇಬ್ಬನೆ, ಹನ್ನೆರಡ್ಟಾ ಒಂದಿಗೆ ಅವ೦ನ
ಬ್ಟಾಚಿ ಇದ್ದವಕ ಈ ಒರಟ ಕುಱಿತು ಅವನ ಕ್ಟೇತರು.

11. ಅದುಗ ಆವ೦ ದೇವರ ರಾಜ್ಯದ ರಗಸ್ಯವ ಅಱಿವ

ದುಗ ನಿಂಗಗ ದಯ ಮಾಡಿದ್ದನೆ. ಆಲೆ ಹೊಱಿಂಾಚುನವಕಗ ಎಲ್ಲಾವ ಒರಟಾಗಿ ಹ್ಟೇಗುವದು.

12. ಅವಕ ಕಣ್ಣಾರ ಕಂಡು, ನೋಡದ ಹೆಂಗೆಯೂ, ಕಿವಿಯಾರ ಕ್ಟೇತು, ಅಱಿಯದ ಹೆಂಗೆಯೂ, ಅವಕ [ದೇವರ ಕಡೆಗ] ಮನತಿರಿಕಿಯುಂಡು, ಪಾಪಪರಿಹಾರ ಹೊಂದದ್ದೆಂಗೆಯೂ, ಇತ್ತೆ ಅವಕಗ ಹ್ಟೇಗುವದು ಎನ್ನ೦.

13. ಅವ೦ ಅವಕಗ: ನಿಂಗ ಈ ಒರಟ ಅಱಿಯಿರಾ? ಅಱಿಯದಿದ್ದಲೆ ಒರಟೆಲ್ಲಾವ ಎತ್ತತೆ ಅಱಿದಾರಿ?

14. ಬಿತ್ತುವ೦ವ ದೇವರ ವಾಕ್ಕ ಬಿತ್ತಿನ೦.

15. ವಾಕ್ಕ ಬಿತ್ತಿಸಿಯುಂಡ, ದಾರಿಕತ್ತುನೊ ಇಬ್ಬವಕ ಎವಕತಾ೦, ಏಯುವಕಾಂದಲೆ:—ವಾಕ್ಕ ಕ್ಟೇತ ಒಡನೇ, ಸೈತಾನ ಬಂದು, ಅವಕರ ಇರುದಯಗ್ಟೋಗೆ ಬಿತ್ತಿದ ಬಿತ್ತ ಎತ್ತಿ ಬುಡುವವಕತಾ೦.

16. ಅತ್ತೆಯೇ ಅಱಿಬೂಮಿಯೊ ಬಿತ್ತಿಸಿಯುಂಡವಕ ಎವಕತಾ೦, ಏಯುವಕಾಂದಲೆ:—

17. ವಾಕ್ಕ ಕ್ಟೇತು, ಒಡನೇ ಅದುನ ಸಂದೋಸಾಂದ ಅಂಗೀಕಾರ ಮಾಡಿ, ತಂಗ್ಟೋಗೆ ಬೇರಿಲ್ಲದದುನೆಂದ ಕೊಚ್ಚೆ ಕಾಲಮಾತ್ರ ಇದ್ದು, ಹಿಂದೆ ವಾಕ್ಕುನ ನಿಮಿತ್ತವಾಗಿ ಪಾಡೂ, ಕಸ್ಟವೂ ಉಟ್ಟಾದ ಒಡನೇ ಬ್ಟುದ್ದೋಪವಕತಾ೦.

18. ಮುಳ್ಳುಳ್ಳ ಬೂಮಿಯೊ ಬಿತ್ತಿಸಿಯುಂಡ ಬೇರನವಕ ಎವಕತಾ೦; ಏಯುವಕಾಂದಲೆ:—

19. ವಾಕ್ಕ ಕ್ಟೇಪವಕ ಆಗಿದ್ದಲೆಯೂ, ಲೋಕದ ಕವಲೆಗ್ಟೋವೂ, ಆಸ್ತಿಯ ಮೋಸವೂ, ಬೇರನವೆ ಮೇಲೆ ಉಟ್ಟಾಪ ಆಸೆಯೂ, ಬ್ಟಗೆ ಹುಕ್ಕು, ವಾಕ್ಕ ಅರೆತ್ತಾಕುವದುನೆಂದ ಪಲಕೊಡದೆ ಹೋಪವಕತಾ೦.

20. ಆಲೆ ಒಳ್ಳೆಯ ಬೂಮಿಯೊದಗ ಬಿತ್ತಿಸಿಯುಂಡವಕ ಎವಕತಾ೦; ಏಯುವಕಾಂದಲೆ:—ವಾಕ್ಕ ಕ್ಟೇತು, ಹೊತ್ತೂಂಡು,

ಒಂದು ಮೂಪತ್ತ್ರೂ, ಒಂದು ಅಱುವತ್ತ್ರೂ, ಒಂದು ನೂರೂ ಪಲ
ಕೊಡುವವಕತಾಂ ಎನ್ನಂ.

21. ಇನ್ನೂ ಅವಂ ಅವಕಗ, ದೀವಿಗೆಯು ದೀವಿಗೆ ಕಂಬೊ
ದಗ ಬೀಯುದೆ, ಕ್ಟೋಗಗ್ಟೋಗೆ ಆಗಲಿ, ಕಟ್ಟಲು ತಾಣಗ ಆಗಲಿ,
ಹೊತ್ತ್ತು ಬಂದು ಜೀತಾಱವಾ?

22. ಏಕಾಂದಲೆ ಬ್ಟೈಲಾಗದ ಅಂದರಂಗವೂ ಇಲ್ಲೆ; ಹೊರಾ
ಚುಗ ಬಾರದ ಮಱೆಯಾದದ್ದೂ ಇಲ್ಲೆ.

23. ಏಯುವಂನಾಲೆಯೂ ಕ್ಟೇಪದುಗ ಕಿವಿಯುಳ್ಳವಂನಾ
ಗಿದ್ದಲೆ, ಕ್ಟೇಯಲಿ! ಎಂದು ಹ್ಟೇಗಿದಂ.

24. ಇನ್ನೂ ಅವಂ ಅವಕಗ, ನಿಂಗ ಕ್ಟೇಪದು ಏನಾಂದು
ನೋಡಿಯುಳ್ಳಿವಿ; ನಿಂಗ ಏಯು ಅ್ಟತೇಂದ ಅ್ಟದಾಱಯೊ, ಅದೇ
ಅ್ಟತೇಂದ ನಿಂಗಗ ಅ್ಟದಾಱ. ಇದಲ್ಲದೆ ನಿಂಗಗ ಇನ್ನೂ ಅಪ್ಪಱ
ತಂದಾಱ.

25. ಏಕಾಂದಲೆ, ಉಳ್ಳವಂ ಏಯುವನೋ, ಅವಂಗ ಕೊ
ಟ್ಟಾಱ; ಇಲ್ಲದವಂ ಏಯುವನೋ ಅವಂನೆಂದ ಹಟ್ಟದುನವೂ
ಎತ್ತಿಯುಂಡಾಱ, ಎಂದು ಹ್ಟೇಗಿದಂ

26. ಇದಲ್ಲದೆ ಇನ್ನೂ ಅವಂ ಅವಕಗ, ಒಬ್ಬಂ ಮನಿಚ
ಬೂಮಿಗ ಬಿತ್ತ ಬಿತ್ತಿ,

27. ಇಱ್ಟೂ, ಹಗಲೂ ಒಱಗಿಯುಂಡೂ, ಏ್ಟದ್ದೂಂಡೂ
ಇಬ್ಬನೆಗ, ಆ ಬಿತ್ತು ಅವಂ ಅಱಯುದ್ದಂಗೆ ವ್ಟೊಯೆತು, ಬ್ಟೇ
ವದು ಎತ್ತತೆಯೊ, ಅತ್ತೆತಾಂ ದೇವರ ರಾಜ್ಯ.

28. ಎತ್ತತೇಂದಲೆ, ಬೂಮಿ ವೊದಲು ವ್ಟೊಯೆಕೆಯುವೂ,
ಆ ಮೇಲೆ ತೆನೆಯುವೂ, ಅದುಗ್ಗಿಂದೆ ತೆನೆಯೊ ಮುಳು ದಾನ್ಯವವೂ,
ತಾನಾಗಿ ತಂದರ.

29. ಆಲೆ ದಾನ್ಯ ಬ್ಟೇದ ಮೇಲೆ, ಕುಯಿವ ಕಾಲ ಬಂದದು
ನೆಂದ, ಒಡನೆ [ಕುಯಿವದುಗ] ಕುಯಿಲು ಕತ್ತಿ ಕೊಟ್ಟು ಕ್ಟೇಗಿ
ನಂ ಎಂದು ಹ್ಟೇಗಿದಂ.

30. ಇನ್ನೂ ಅವ೦ ದೇವರ ರಾಜ್ಯವ ಏಯದುಗ ಸಮಾನ ಮಾಡುವೊ೦? ಎತ್ತವ ಒರಟೊಂದ ಅದುನ ದಿಸ್ಟಾಂದ ಪಡಿಸುವೊ೦?

31. ಅದು ಕಡುಗು ಬಿತ್ತುಗ ಸಮಾನವಾಗಿ ಹಡದೆ; ಅದುನ ಬೂಮಿಗ ಬಿತ್ತ್ತೋನೆ, ಅದು ಬೂಮಿಯೊ ಹಡುವ ಎಲ್ಲಾ ಬಿತ್ತುಗ್ಳೋಂದವೂ ಕುನ್ನದಾಗಿ ಹಟ್ಟಲೆಯೂ,

32. ಬಿತ್ತಿದ ಮೇಲೆ, ಅದು ಬ್ಟೇದು, ಎಲ್ಲಾ ಗಿಡುಗ್ಳೋಂದವೂ ಅದು ದೊಡ್ಡದಾಗಿ, ಬಾನುನ ಹಕ್ಕಿಲುಗ್ಳೊ, ಅದುನ ನ್ಯಾಲು ತಾಣಗ ಬಂದು ಇಬ್ಬದುಗ ತಕ್ಯಾಕಸಗ, ದೊಡ್ಡ ಚಿಲ್ಲುಗ್ಳೊವ ಬುಟ್ಟರ, ಎನ್ನ೦.

33. ಅವಕ ಕ್ಟೇತಜ಼ಿಯಾಕಾಪ ಇತ್ತವ ಅನೇಕ ಒರಟುಗ್ಳೊವ ಕೊಂಡು, ಅವಕಗ ವಾಕ್ಯವ ಹ್ಟೇಗಿದ೦.

34. ಒರಟಿಲ್ಲದೆ ಅವಕರೊಂದಿಗೆ ನುಡಿವಿಲೆ; ಆಲೆ ಅವ೦ ತನ್ನ ಸಿಸಿಯರುಗ, ಅಂದರಂಗದೊ ಎಲ್ಲಾವ ಬೆವರಿಸಿದ೦.

35. ಅಂದು ಸಂದ್ಳೊತ್ತು ಆದದೆಮ್ಮನೆ, ಅವ೦ ನಂಗ ಅಕ್ಕರೆಗ ಕಡೆದು ಹೋಪೊ೦ ಬಾರಿವಿ! ಎಂದು ಅವಕಗ ಹ್ಟೇಗಿದ೦.

36. ಅವಕ ಜನವ ಕಡೆಚಿಯುಟ್ಟು, ಅವ೦ನ, ದೋಣಿಯೊ ಇದ್ದ ಹೆಂಗೆಯೇ ತಂಗೊಂದಿಗೆ ಕೂಟಿಯುಂಡ್ಳೋದರು. ಇನ್ನೂ ಬೇರೆ ದೋಣಿಗ್ಳೊ ಕೂಡ ಅವನೊಂದಿಗೆ ಹಟ್ಟ.

37. ಆಗ ದೊಡ್ಡ ಪೆಂಡು ಗ್ಯಾಯಿ ಎ್ಟದ್ದು, ಆಗ ತಾನೆ ದೋಣಿ ತುಂಬುವ ಹೆಂಗೆ, ತೆರೆಗ್ಳೊ ಅದುನ ಮೇಲೆ ಹುಯಿದ.

38. ಆಲೆ ಅವ೦ ದೋಣಿಯ ಹಿಂಬಾಗದೊ, ತಲೆ ದಿಂಬೊದಗ ಒಜ಼ಿಗಿಯುಂಡಿದ್ದ೦; ಆಗ ಅವಕ ಅವ೦ನ ಎತ್ತಿ, ಗುರುವೇ! ಎಂಗ ನಾಸ ಆಪದು ನಿನಗ ಕವಲೆ ಇಲ್ಲೆಯಾ? ಎಂದರು.

39. ಆಗ ಅವ೦ ಎಚ್ಚತ್ತಿದ್ದು, ಗ್ಯಾಯಿಯ ಗದರಿಸಿ, ಸೌಂದರವ ಸಪ್ಪನಿರು! ಸದ್ದು ಮಾಡ ಬೇಡ! ಎನ್ನ೦; ಆಗ ಗ್ಯಾಯಿ ನಿದ್ದು, ಬಲೂ ಸಾಂತ ಆತು.

40. ಆಗ ಅವ಼ ಅವಕರ ನಿಂಗ ಏಕ ಇತ್ತೆ ಅಂಜುಗುಳ್ಳಿ
ಗ್ಟ್ಟೊ ಆಗಿದ್ದಿ; ನಿಂಗಗ ಇನ್ನೂ ನಂಬಿಗೆ ಇಲ್ಲೆಯಾ? ಎನ್ನ಼.
41. ಆಗ ಅವಕ ಅಪ್ಪಱಿ ಅಂಜಿ ಅತ್ತೆಯಾಲೆ ಎವ಼ ದಾರ?
ಗ್ಟ್ಟಾಯಿಯೂ, ಸೌಂದರವೂ ಎವ಼ಗ ಓಟ್ಟಗಾರೊವೆ ಎಂದು ಒಬ್ಬ
ಗೊಬ್ಬಗ ಹ್ಟೇಗಿಯುಂಡರು.

5. ಸಂದಿ.

1. ಹಿಂದೆ ಅವಕ ಸೌಂದರದ ಅಕ್ಕರೆಯೊ ಹಡುವ ಗಡರೇ
ನರ ಸೀಮೆಗ ಬಂದರು.
2. ಅವ಼ ದೋಣೇಂದ ಈಟ್ಟಗಿದ ಒಡನೇ, ಅಸುದ್ದ ಆತ್ಮ
ಉಳ್ಳ ಒಬ್ಬ಼ ಮನಿಚ಼ ಸಮಾದಿಗ್ಟ್ಟೋಂದ ಅವ಼ನ ಇದುರುಗ
ಬನ್ನ಼.
3. ಎವ಼ ಸಮಾದಿಗ್ಟ್ಟೊ ಬ್ಟ್ಟಾಯಿ ಒಕ್ಕಲಿದ್ದ಼; ಅವ಼ನ
ಸಕ್ಕೊಲೆಗ್ಟ್ಟೋಂದವೂ, ದಾರೂ ಇನ್ನೂ ಕಟ್ಟ್ಯಾಱಿದೆ ಇದ್ದರು.
4. ಏಕಾಂದಲೆ, ಅವ಼ನ ಅನೇಕ ತಟ್ಟೆ, ಬೆಲಂಗುಗ್ಟ್ಟೋಂ
ದವೂ, ಸಕ್ಕೊಲೆಗ್ಟ್ಟೋಂದವೂ ಕಟ್ಟೆ ಬೀತ್ತಟ್ಟೆ; ಅವ಼ ಸಕ್ಕೊಲೆ
ಗ್ಟ್ಟೊವ ಹುಸಿತು, ಬೆಲಂಗುಗ್ಟ್ಟೊವ ತುಂಡು ತುಂಡಾಗಿ ಮುಱೀತೂ
ಟಿದ್ದ಼. ಅವ಼ನ ಸಾದು ಮಾಡುವದುಗ ದಾರಗೂ ಕೈಲಾಪಿಲೆ.
5. ಅವ಼ ಎಟ್ಟಗೂ, ಇಱೂ ಹಗಲೂ, ಬೆಟ್ಟುಗ್ಟ್ಟೊ ಬ್ಟ್ಟಾಯಿ
ಯೂ, ಸಮಾದಿಗ್ಟ್ಟೊ ಬ್ಟ್ಟಾಯಿಯೂ ಕಿಱೀಚಿಯುಂಡೂ, ತನ್ನ಼
ಕಲ್ಲುಗ್ಟ್ಟೋಂದ ಕುಯಿದೂಂಡೂ, ಇದ್ದ಼.
6. ಆಲೆ ಅವ಼ ದೂರಾಂದ ಯೇಸುವ ಕಂಡದೆಮ್ಮನೆ, ಓಡಿ
ಬಂದು ಅವ಼ಗ ನಮುಸ್ಕಾರ ಮಾಡಿ,
7. ಎಲ್ಲಾಗೂ ಮೇಲಾದ ದೇವರ ಮಗನಾಗಿಬ್ಬ ಯೇಸು
ವೇ! ಎನಗೂ ನಿನಗೂ ಏನ? ಎನ್ನ ಪೀಡಿಸ ಬೇಡಾಂದು ನಿನಗ
ದೇವರಾಣೆ ಇಟ್ಟನೇಂದು ದೊಡ್ಡ ಸದ್ದೂಂದ ಕೊರಸಿ ಹ್ಟೇಗಿದ಼.

8. ಏಕಾಂದಲೆ ಅವಂ ಅವಂಗ ಅಸುದ್ದ ಆತ್ಮವೇ! ನೀ ಈ
ಮನಿಚನ ಬುಟ್ಟು ಕಡೇಂದು ಹ್ಟೇಗಿ ಇದ್ದಂ.

9. ಆಗ ಅವಂ ಅವಂನ ನಿನ್ಡೆಸರೇನಾಂದು ಕ್ಟೇತಂ; ಅವಂ
ಎನ್ಡೆಸರು ಲೆಗಿಯೋನೂಂದು, ಏಕಾಂದಲೆ, ಎಂಗ ಅನೇಕ್ಟಾ ಆಗಿ
ದ್ದೆಯೊಂ ಎಂದು ಹ್ಟೇಗಿದಂ.

10. ಬೈಯು ತಂಗ್ಟುವ ಆ ಸೀಮೇಂದ ಕಡಸಿ ಬುಡದ್ಡೆಂಗೆ,
ಅವಂನ ಅಪ್ಪಡಿ ಕೆಂಜಿಯುಣ್ಣಂ.

11. ಆಗ ಅಲ್ಲಿ ಬೆಟ್ಟೋರದೊ, ದೊಡ್ಡ ಹಂದಿಗ್ಟೊ ಹಿಂಡು
ಮೇಂದೂಂಡಿದ್ದೊ.

12. ಆಗ ಆ ದೆವ್ವಗ್ಟೊ, ಎಂಗ ಹಂದಿಗ್ಟೊಟ್ಟಗೆ ಹುಕ್ಕೊಂಬ
ಹೆಂಗೆ, ಅವೆಗ್ಟೋಗೆ ಹೋಪದುಗ, ಎಂಗ್ಟುವ ಕ್ಟೇಗೂಂದ್ಲೇಗಿ
ಅವಂನ ಕೆಂಜಿಯುಂಡೊ.

13. ಯೇಸು ಅವೆಗ ಉತ್ತರ ಕೊಟ್ಟಂ; ಆಗ ಆ ಅಸುದ್ದ
ಆತ್ಮಗ್ಟೊ ಕಡೆದು, ಹಂದಿಗ್ಟೊ ಟ್ಟಗೆ ಹುಕ್ಕೊ. ಆಗ ಹೆಚ್ಚು ಕಮಿ
ಎರಡು ಸಾವಿರ ಹಂದಿಗ್ಟೊ ಇದ್ದ ಆ ಹಿಂಡು, ಬಾಗರೆಗೆಱಿಗ ಸೌಂ
ದುರಗ ಓಡಿ, ಸೌಂದುರದೊ ಮುಟ್ಟೊಗಿ ಹೋದೊ.

14. ಆಲೆ ಹಂದಿಗ್ಟೊವ ಮೇಸಿದವಕ ಓಡಿ ಹೋಗಿ, ಪಟ್ಟ
ಣಗೂ, ಹಟ್ಟಿಬ್ಟಾಯಿಯೂ, ತಿಳಿಯ ಪಡಿಸಿದರು. ಆಗ ಆದದ್ದೇ
ನಾಂದು ನೋಡುವದುಗ ಜನ ಬಂದರು.

15. ಅವಕ ಯೇಸುನ ಸಾರೆ ಬಂದು, ಆ ಲೆಗಿಯೋನು
ದೆವ್ವಗ್ಟೊ ಹಿಡಿತವಂ, ಬಟ್ಟೆ ಹೊತ್ತೊಂಡು, ಟ್ಟೀದ ಬುದ್ಧಿಯುಳ್ಳ
ವಂನಾಗಿ ಕುಳಿದೂಂಡಿಬ್ಬದುನ ಕಂಡು, ಅಂಜಿದರು.

16. ಇದುನ ಕಂಡವಕ, ಆ ದೆವ್ವ ಹಿಡಿತವಂಗೂ, ಹಂದಿ
ಗ್ಟೊಗೂ, ಆದವೆಯ ಅವಕಗ ಅಱೀಸಿದರು.

17. ಆಗ ಅವಕ, ತಂಗ ಎಲ್ಲೆಯ ಬುಟ್ಟು ಹೋಪದೂಂದು
ಬೇಡಿಯುಂಬದುಗ ತೊವಕಿದರು.

18. ಅತ್ತೆಯೇ ಅವಂ ದೋಣಿ ಹತ್ತೋನೆ, ಆ ದೆವ್ವ ಹಿಡಿ
ತಿದ್ದವಂ, ಅವನೊಂದಿಗೆ ಇಬ್ಬದುಗ ತನಗ ಉತ್ತುರ ತಪ್ಪದೊಂದು
ಬೇಡಿಯುಣ್ಣಂ.

19. ಆಲೆ ಯೇಸು ಅವಂಗ ಉತ್ತುರ ಕೊಡದೆ, ನೀ ನಿನ್ನ
ಮನೆಗ, ನಿನ್ನ ಸೊಂದದವಕರ ಸಾರೆ ಹೋಗಿ, ಕರ್ತ ನಿನ್ನ ಮೇಲೆ
ಏಸಗ ಎಱಿಕ ಬೀತಾಂದೂ, ಏಸಗ ದೊಡ್ಡವೆಯು ನಿನಗ ಮಾಡಿ
ದಾಂದೂ, ಅವಕಗ ಅಱೀಸು, ಎಂದು ಹ್ಟೇಗಿದಂ.

20. ಅತ್ತೆಯೇ ಅವಂ ಹೋಗಿ ಯೇಸು ತನಗ ಏಸಗ ದೊಡ್ಡ
ವೆಯು ಮಾಡಿದಾಂಬದುನ ದೆಕಪೊಲಿ [ಊರುನೊ] ಸಾಱುವ
ದುಗ ತೊಡಂಗಿದಂ; ಆಗ ಎಲ್ಲಾ ಅದಿಸೆಯ ಪಟ್ಟರು.

21. ಅವಂ ತಿರಿಗಿ ದೋಣಿಯೊ ಮಱುಕರೆಗ ಬಂದು,
ಸೌಂದುರದ ಓರದೊ ಇಬ್ಬನೆಗ, ಅಪ್ಪಱಿ ಜನ ಅವಂನ ಸಾರೆ
ಕೂಡಿ ಬಂದರು.

22. ಆಗ ಎದಗೇ ಸಬೆಗುಡಿಯ ಎಜಮಾನರೋಗ್ಟೆ ಒಬ್ಬಂ
ನಾಗಿದ್ದ, ಯಾಯಿರಾಂಬವಂ ಬಂದು, ಅವಂನ ಕಾಲುಗ ಅಡ್ಡ
ಬ್ಟುದ್ದು,

23. ಕುನ್ನವ್ಟ ಆಗಿಬ್ಬ ಎನ್ಟೆಂಣು, ಸಾವ ಸಂಗಟ ಆಗಿಯುಂ
ಡಿದ್ದವ್ಟೆ; ಅವ್ಟ ಓಸೆ ಆಪ ಹೆಂಗೆ ನೀ ಬಂದು, ಅವ್ಟುವ ಮೇಲೆ ನಿನ್ನ
ಕೈಗ್ಟುವ ಬೀಪದು, ಆಗ ಅವ್ಟ ಬದುಕಿಯ್ಟು ಎಂದು, ಅವಂನ
ಅಪ್ಪಱೀಾಗಿ ಕೆಂಜಿಯುಣ್ಣಂ.

24. ಆಗ ಅವಂನೊಂದಿಗೆ ಹೋದಂ; ಬಲೂಜನ ಅವಂನ್ಟಿಂ
ದಾಡು ಹೋದರು; ಅವಕ ಅವಂನ ಇಱಿಕಿದರು.

25. ಆಗ ಹನ್ನೆರಡು ಬರಿಚಾಂದ ನೆತ್ತರು ಬೆಟ್ಟುವ ನೋ
ವಾಳಿಯಾಗಿದ್ದು,

26. ಅನೇಕ ಪಂಡುತಗಾರರೊಂದ ಬಲು ಪಾಡು ಪಟ್ಟು,
ತನಗ ಹಟ್ಟದುಸೆಲ್ಲಾವ ಸಲವು ಮಾಡಿದೆಗೂ, ನೋ ಹೆಚ್ಚಿದ್ದೇ
ಅಲ್ಲದೆ, ಏನೇನೂ ಜ್ಟೇಯ ಆಗದೆ ಇದ್ದ ಒಬ್ಬ ಹೆಮ್ಮಾತಿ,

27. ಯೇಸುವ ಕುಱಿೀತು ಸುದ್ದಿ ಕ್ಟೇತ್ತು, ಜನ ಕೂಟದೊ
ಅವಂನ ಹಿಂದಾಡೂಂದ ಬಂದು, ಅವಂನ ಬಟ್ಟೆಯು ಮುಟ್ಟೆದ್ದ.
28. ಏಕಾಂದಲೆ ಅವಂನ ಬಟ್ಟೆಯು ಮಾತ್ರ ಮುಟ್ಟೆಲೆ, ಓಸೆ
ಆಗಿಯುಣ್ಣನೇಂದು ತನಗ್ಗೋಗೆ ಹ್ಟೇಗಿಯುಂಡ್ಟ.
29. ಒಡನೇ ನೆತ್ತರು ಬೆಟ್ಟುವದು ನಿದ್ದೋತು. ಇದಲ್ಲದೆ
ವೇದನೆ ನೀಂಗಿ, ತಾಂ ಓಸೆ ಆದದುನ ತನ್ನ ಸರುವಲುನೊ ಅಱಿ
ದೂಂಡ್ಟ.
30. ಒಡನೇ ಯೇಸು ತನ್ನಿಂದ ಬಲ ಕಡೆದ್ದೋತೂಂದು,
ತನ್ನೋಗೆ ಅಱಿದು, ಜನ ಕೂಟ ಬಕ್ಕ ತಿರಿಗಿಯುಂಡು, ಎನ್ನ
ಬಟ್ಟೆಯು ಮುಟ್ಟೆದ್ದಾರ? ಎನ್ನಂ.
31. ಅವಂನ ಸಿಸಿಯರು ಅವಂಗ, ಜನಕೂಟ ನಿನ್ನ ಇಱು
ಕುವದುನ ನೋಡಿಯೂ, ಎನ್ನ ಮುಟ್ಟೆದ್ದಾರಾಂದು ಕ್ಟೇತರೆಯೇ
ಎಂದು ಹ್ಟೇಗಿದರು.
32. ಆಲೆ ಯೇಸು ಇದುನ ಮಾಡಿದವ್ವುವ, ಕ್ಟಾಂಬದುಗ
ಸುತ್ತೂ ನೋಡುವನೆ,
33. ಆ ಹೆಮ್ಮಾತಿ, ತನ್ನೋಗೆ ಆದದುನ ಅಱಿದು, ಅಂಜಿ,
ನಡಿಗಿ, ಅವಂನ ಮುಂದಾಡು ಬಂದು, ಅಡ್ಡ ಬ್ಬುದ್ದು, ಸತ್ಯ ಎಲ್ಲಾವ
ಅವಂಗ ಹ್ಟೇಗಿದ್ದ.
34. ಅಗ ಅವಂ ಅವ್ಟಗ, ಮಗ್ಗುವೇ! ನಿನ್ನ ನಮ್ಮಣಿಗೆ
ನಿನ್ನ ಮಿಗಿಸಿತು, ಸಮಾದಾನದೊ ಹೋಗು! ವೇದನೆ ನೀಂಗಿ,
ಸೊಗ ಆಗಿರು! ಎಂದು ಹ್ಟೇಗಿದಂ.
35. ಅವಂ ಇನ್ನೂ ಮಾತಾಡಿಯುಂಡಿಬ್ಬನೆ ಸಬೆಗುಡಿಯ
ಎಜಮಾನನ ಕಡೆಯುವಕ ಬಂದು, ನಿನ್ಹೆಂಣು ಸತ್ತೋದ್ದ; ಗುರುವ
ಇನ್ನೇನಗ ತೊಂದರೆ, ಪಡಿಸಿರೆ ಎಂದರು.
36. ಅವಕ ಆಡಿದ ಮಾತ ಯೇಸು ಕ್ಟೇತು, ಒಡನೇ ಸಬೆ
ಗುಡಿಯ ಎಜಮಾನನ ಅಂಜ ಬೇಡ! ನಂಬುವವನಾಗಿ ಮಾತ್ರ
ಇರು! ಎನ್ನಂ.

37. ಬೈಯ ಪೇತ್ರನವೂ ಯಾಕೋಬನವೂ ಅವಂನ ತಮ್ಮ
ನಾದ ಯೋಹಾನನವೂ ಅಲ್ಲದೆ, ಬೇರೆ ದಾರವವೂ ತನ್ಡಿಂದಾಡು
ಹೋಪದುಗ ಬುಡುಲೆ.

38. ಆ ಮೇಲೆ ಸಬೆಗುಡಿಯ ಎಜಮಾನನ ಮನೆಗ
ಬಂದು, ಸದ್ದು ಮಾಡಿ, ಅಪ್ಪರ ಅ್ಟತ್ತು ಕಿಱಚುವವಕರ ಕಂಡು,

39. ಒ್ಟಗೆ ಹೋಗಿ, ನಿಂಗ ಸದ್ದು ಮಾಡಿ, ಔ್ಟವದೇಕ?
ಹೆಣ್ಣು ಸಾವಿಲೆ, ಒಱಗಿಯ್ಟು, ಅಂದು ಅವಕಗ ಹ್ಟೇಗಿದಂ.

40. ಅವಕ ನಗೆದು, ಅವಂನ ಗೇಲಿ ಮಾಡಿದರು. ಆಲೆ
ಅವಂ ಎಲ್ಲಾವ ಹೊಱಾಚು ಕಡಚಿ, ಹೆಣ್ಣುನ ಅಪ್ಪನವೂ, ಅವ್ವೆ
ಯುವೂ, ತನ್ನೊಂದಿಗೆ ಇದ್ದವಕರವೂ ಕೂಟಿಯುಂಡು, ಹೆಣ್ಣು
ಇದ್ದ ಎಡೆಗ ಹೋಗಿ,

41. ಹೆಣ್ಣುನ ಕೈಯ ಹಿಡಿತು, ತಲಿತಾಕೂಮಿ! ಎನ್ನಂ.
ಅದುಗ ಕೂಸ್ಹೆಣ್ಣೆ! ಎ್ದಂದು ನಿನಗ ಹ್ದೇಗಿನೆ, ಎಂದು ಅರ್ತ ಆರ.

42. ಒಡನೇ ಕೂಸ್ಹೆಣ್ಣು ಎ್ಟದ್ದು ನಡೆದ್ಟ; ಏಕಾಂದಲೆ, ಅವ್ಟ
ಹನ್ನೆರಡು ಬರಿಚ ಪೆರೆಯುದವ್ಟ ಆಗಿದ್ದ್ಟ. ಆಗ ಅವಕ ಅದಿಸೆಯ
ಪಟ್ಟು ಬಲು ಬೆಱಮೆ ತಟ್ಟಿದರು.

43. ಆಗ ಅವಂ ಅದುನ ದಾರೂ ಅಱಿಯ ಬಾರದೂಂದು
ಅವಕಗ ಕಂಡಿಪ್ಪಾಗಿ ಹ್ಟೇಗಿ, ಅವ್ಟಗ ತಿಂಬದುಗ ಕೊಡುವ
ದೂಂದು ಉತ್ತರ ಮಾಡಿದಂ.

6. ಸಂದಿ.

1. ಆಗ ಅವಂ ಅಲ್ಲೀಂದ ಕಡೆದು ತನ್ನ ಸೊತ್ತ ಉರುಗ
ಬನ್ನಂ. ಅವಂನ ಸಿಸಿಯರು ಅವಂನ ಹಿಂಬಾಲಿಸಿದರು.

2. ಮಾಪುಜಿನ ಆದದೆವ್ಮನೆ, ಸಬೆಗುಡಿಯೊ ಬೋದಿಸುವ
ದುಗ ತೊಡಂಗಿದಂ. ಅನೇಕ್ಟಾ ಕ್ಟೇತು, ಅದಿಸೆಯ ಪಟ್ಟು, ಎವಂ
ಗ ಎವೆ ಎಲ್ಲೀಂದ ಉಟ್ಟಾತು? ಎವಂಗ ಕೊಟ್ಟಡುವ ಜ್ಞಾನ

ಎತ್ತವದು? ಎವಂನ ಕೈಯೊಂದ ಆದ ಬಲವಾದ ಗೆಲಸಗ್ಟುವ
ನೋಕ ಏನ?
3. ಎವಂ ಚಚ್ಚನೂ, ಮರಿಯನ ಮಾತಿನೂ, ಯಾಕೋಬು,
ಯೋಸೆ, ಯೂದಂ, ಸೀಮೋನು ಎಂಬವಕರ ಅಣ್ಣತಮ್ಮನೂ ಅಲ್ಲ
ದಾ? ಎವಂನ ಅಕ್ಕತಂಗೆಯರು ಇಲ್ಲಿ ನಂಗ ಸಾರೆ ಇದ್ದಾಱಿ ಅಲ್ಲ
ದಾ? ಎಂದು ಹ್ಟೇಗಿ, ಅವಂನ ಕುಱಿತು ಮನತಡಂಗಲಾದರು.
4. ಆಲೆ ಯೇಸು ಅವಕಗ ಪ್ರವಾದಿ, ಸೊತ್ತ ಊರುನ್ಟೋ
ಗೆಯೂ, ಸೊತ್ತ ನಟ್ಟರ್ಟೋಗೆಯೂ, ಸೊತ್ತ ಮನೆಯ್ಟೋಗೆಯೂ
ಅಲ್ಲದೆ, ಬೇರೆಲ್ಲಿಯೂ ಮಾನಗೆಟ್ಟವಂನಲ್ಲ ಎಂದು ಹ್ಟೇಗಿದಂ.
5. ಬೈಯ ಅವಂ ಅಲ್ಲಿ ಒಂದೋಸಿ ಟ್ಟಿ ರೋಗದವಕರ
ಮೇಲೆ, ತನ್ನ ಕೈಯ ಬೀತು, ಓಸೆ ಮಾಡಿದ್ದೇ ಅಲ್ಲದೆ, ಬೇರೆ
ಏಯ ಬಲವಾದ ಗೆಲಸವವೂ, ಅಲ್ಲಿ ಅವಂ ನಡಿಸುವದುಗ ಆಗದೆ
ಹೋತು.
6. ಅವಂ ಅವಕರ ಅವನಂಬಿಕೆಯ ಕುಱಿತು, ಅದಿಸೆಯ
ಪಟ್ಟು, ಊರುಗ್ಟೊವ ಸುತ್ತಿಯಾಡಿ, ಉಪದೇಸ ಮಾಡಿಯುಂ
ಡಿದ್ದಂ.
7. ಅವಂ ಹನ್ನೆರಡ್ಟಾವ ತನ್ನ ಸಾರೆ ಕೊರಸಿ, ಅವಕರ
ಎರಡೆರಡ್ಟಾ ಆಗಿ, ಕ್ಟೇಗುವದುಗ ತೊವಕಿದಂ. ದೆವ್ವಗ್ಟೊ ಮೇಲೆ
ಅವಕಗ ಅದಿಕಾರ ಕೊಟ್ಟು,
8. ಅವಕಗ, ದಾರಿಗ ಜ್ಟೋಯಿಗೆಯವೂ, ಅನ್ನವವೂ, ಕೈ
ಚೀರದೊ ಹಣವವೂ ಎತ್ತಿಯುಂಡ್ಹೋಗದೆ, ದಡಿಯ ಮಾತ್ರ ಎತ್ತಿ
ಯುಂಡ್ಹೋಪದೂಂದೂ,
9. ಕೆರಗ್ಟುವ ಇಕ್ಕಿಯುಂಡ್ಹೋಪದೂಂದೂ, ಎರಡು ಕುಪ್ಪ
ಚವ ಇಕ್ಕಿಯುಳ್ಳ ಬೇಡಾಂದೂ, ಅವಕಗ ಕಟ್ಟಳೆ ಕೊಟ್ಟಂ.
10. ಇನ್ನೂ ಅವಂ ಅವಕಗ ನಿಂಗ ಎಲ್ಲಿಯಾಲೆಯೂ ಒಂದು
ಮನೆಗ ಹುಕ್ಕಲೆ, ನಿಂಗ ಅಲ್ಲೀಂದ ಕಡೆವನೆಗಟ್ಟ ಅಲ್ಲಿಯೇ ಇರಿವಿ;
11. ನಿಂಗ್ಟುವ ಏಯ ಎಡೆಯೊ ಸೇತಿಯುಳ್ಳದೆ, ನಿಂಗ ಮಾತ

ಕ್ಳೇಯದೆ ಹೋದಾರವ್ರೋ? ಅಲ್ಲೀಂದ ನಿಂಗ ಬುಟ್ಟುಕಡೆವಸೆ, ಅವ
ಕಗ ಸಾಕಿಚಿಯಾಗಿ ನಿಂಗ ಕಾಲುಗ ಹತ್ತಿದ ದ್ಧೂವ ಕೊಡೆದು
ಬುಡಿವಿ, ಎಂದು ಹ್ಳೇಗಿದ೦.

12. ಆಗ ಅವಕ ಕಡೆದ್ಲೋಗಿ [ದೇವರ ಕಡೆಗ] ಮನಸ್ತಿ
ರುಕ ಬೇಕೂಂದು ಸಾಱಿದರು.

13. ಇದಲ್ಲದೆ, ಅನೇಕ ದೆವ್ವಗ್ಳುವ ಕಡೆಸಿ, ಅನೇಕ ಸಂಗಟ
ದವಕರ ಎಣ್ಣೆ ಹೂಸಿ, ಓಸೆ ಮಾಡಿದರು.

14. ಇದಲ್ಲದೆ, ಅವ೦ನ ಹೆಸರು ಹಬ್ಬಿದದುನೆಂದ, ಅರಸ
ನಾದ ಹೆರೋದ೦ ಕೇಳ್ವಿಪಟ್ಟು, ಸ್ನಾನಿಕನಾದ ಯೋಹಾನ೦, ಸತ್ತ
ಎಡೇಂದ ಎ್ಳದ್ದಿದ್ದನೆ; ಆದದುನೆಂದ ಬಲವಾದ ಗೆಲಸಗ್ಳೊ ಅವ೦
ನೆಂದ ನಡೆದರ ಎನ್ನ೦.

15. ಆಲೆ ಬೇರನವಕ ಅವ೦ ಎಲಿಯ೦ ಎಂದರು; ಇಸ್ನೂ
ಬೇರನವಕ ಅವ೦ ಒಬ್ಬ೦ ಪ್ರವಾದಿ ಆಗಿದ್ದನೆ, ಇಲ್ಲದ್ಲೋಲೆ ಪ್ರವಾ
ದಿಗ್ಳೊ ಒ್ಳೇಗೆ ಒಬ್ಬಮಾಕೆ ಇದ್ದನೆ ಎಂದರು.

16. ಹೆರೋದ೦ ಅದುನ ಕುಱಿತು ಕ್ಳೇತದೆಮ್ಮನೆ; ನಾ ತಲೆ
ಎತ್ತಿಸಿದ ಯೋಹಾನ ಎವ೦ತಾ೦; ಸತ್ತವ ತಿರಿಗಿ ಬದುಕಿ ಎ್ಳದ್ದು
ಬಂದಿಪ್ದನೆ ಎನ್ನ೦.

17. ಏಕಾಂದಲೆ, ಹೆರೋದ ತಾ೦ ಮದುವೆ ಮಾಡಿಯುಂಡ,
ತನ್ನಣ್ಣನ ಹೆಂಡರಾದ ಹೆರೋದ್ಯ್ಳಗಾಗಿ ಸೇವ್ರುಗರ ಕ್ಳೇಗಿ, ಯೋ
ಹಾನನ ಹಿಡೀಚಿ, ಅವ೦ನ ಸೆಱೆಮನೆಯೊ ಕಟ್ಟಿ ಹಾಕಿಸಿದ೦.

18. ಏಕಾಂದಲೆ, ನಿನ್ನಣ್ಣನ ಹೆಂಡ್ರ ಬೀತೂಂಡಿಬ್ಬದು ನಿನಗ
ನಾಯ ಅಲ್ಲಾಂದು, ಅವ೦ ಹೆರೋದ೦ಗ ಹ್ಳೇಗಿದ್ದ೦.

19. ಆಲೆ ಹೆರೋದ್ಯ್ಳ ಅವ೦ನ ಮೇಲೆ ಚದಿನೆನೆತು, ಅವ೦ನ
ಕೊಬ್ಬದುಗ ಆಲೋಚನೆ ಮಾಡಿದೆಗೂ, ಆಗದೆ ಹೋತು.

20. ಏಕಾಂದಲೆ, ಹೆರೋದ೦ ಅವ೦ ನೀತಿವತ್ತನೂ, ಪರಿಸು
ದ್ಧನೂ ಆದ ಮನಿಚಾಂಮು ಅಱಿದು, ಯೋಹಾನ೦ಗ ಅಂಜಿ, ಅ

ವಂನ ಕಾಪಾಡಿದಂ. ಇದಲ್ಲದೆ ಅವಂನ [ಮಾತ] ಕ್ಟೇತು ಅನೇಕ
ಕಾರಿಯುಗ್ಳೊವ ನಡಸಿದಂ; ಬೈಯು ಅವಂನ [ಮಾತ] ಸಂದೋ
ಸಾಂದ ಕ್ಟೇತಂ.

21. ಇತ್ತೆ ಹಡುವನೆ, ಹೆರೋದಂ ತಗುದಿಯಾದ ಜಿನ ಬಂದದೆ
ಮ್ಮನೆ, ತಾಂ ಹುಟ್ಟಿದ ಜಿನದೊ, ತನ್ನ ಪೆರಿಬುಗ್ಳೋಗೂ, ದಂಡುನ ದೊ
ರೆಗ್ಳೋಗೂ, ಗಲಿಲಾಯದ ಮೊಕ್ಯಸ್ತರುಗೂ, ತೀನಿ ಮಾಡಿಸಿದಂ.

22. ಆಗ ಹೆರೋದ್ಯಳ ಹೆಣ್ಣು ಟ್ಟಿಗೆ ಬಂದು ಕೂತಾಡಿ, ಹೆ
ರೋದನವೂ, ಅವಂನೊಂದಿಗೆ ತೀನಿಗ ಕುಳಿದಿದ್ದವಕರವೂ ಮೆಚ್ಚಿ
ಸಿದ್ಟ; ಆಗ ಅರಸಂ ಆ ಹೆಣ್ಣುಗ ನಿನಗ ಮನಸ್ಸಾದದುನ ಎನ್ನೆಂದ
ಕ್ಟೇತುಳ್ಳೊ, ನಾಂ ನಿನಗ ತನ್ನನೆ ಎಂದು ಹ್ಟೇಗಿ,

23. ನೀ ಎನ್ನ ಏನ ಕ್ಟೇತಲೆಯೂ, ಎನ್ನ ರಾಜಿಯದೋಗ್ಟೆ
ಪಾದಿಗಟ್ಟ ಆಲೆಯೂ, ನಾಂ ನಿನಗ ತನ್ನನೆ ಎಂದು ಅವ್ಟಗ ಸತ್ಯ
ಮಾಡಿ ಕೊಟ್ಟಂ.

24. ಆಗ ಅವ್ಟ ಹೊರಾಚು ಹೋಗಿ, ತನ್ನವ್ವೆಯು, ನಾಂ ಏ
ನವ ಕ್ಟೇತೂಂಬದು ಎಂದ್ಟ. ಅವ್ಟ ಯೋಹಾನನ ತಲೆಯು ತಾಂ
ಎಂದ್ಟ.

25. ಒಡನೇ, ಅವ್ಟ ಬೇಗವಾರದೊ ಅರಸನ ಸಾರೆ ಬಂದು,
ಈಗ ತಾನೆ ಸ್ನಾನಿಕನಾದ ಯೋಹಾನನ ತಲೆಯು ತ್ಟಯಿಗೆಯೊ
[ಬೀತು] ಎನಗ ತಪ್ಪದೂಂದು ಕ್ಟೇತ್ಟ.

26. ಆದುಗ ಅರಸ ಅಪ್ಪಿರಿ ದುಕ್ಕ ಪಟ್ಟಂ; ಆಲೆಯೂ ತಾಂ
ಮಾಡಿದ ಪೆರಮಾಣಿಕಗಾಗಿಯೂ, ತನ್ನೊಂದಿಗೆ ಹತ್ತೆಯುದೊ ಕುಳಿ
ದಿದ್ದವಕಗಾಗಿಯೂ, ಅವ್ಟುವ ಅಸಡ್ಡೆ ಮಾಡುವದುಗ ಮನಸ್ಸಿಲ್ಲದೆ,

27. ಒಡನೇ, ಅರಸು ತನ್ನ ಕಾವಲು ಸಿಪ್ಪಾಯಿಯು ಕ್ಟೇಗಿ,
ಅವಂನ ತಲೆಯು ಹೊತ್ತು ಬಪ್ಪದುಗ ಉತ್ತರ ಮಾಡಿದಂ ಅವಂ
ಹೋಗಿ ಸೆಜಿಮನೆಯೊ ಅವಂನ ತಲೆಯು ಎತ್ತಿ,

28. ಅವಂನ ತಲೆಯು ತ್ಟಯಿಗೆಯೊ ಹೊತ್ತು ಬಂದು, ಅದುನ
ಆ ಹೆಣ್ಣುಗ ಕೊಟ್ಟಂ. ಆಗ ಅದುನ ಆ ಹೆಣ್ಣು ತನ್ನವ್ವೆಗ ಕೊಟ್ಟ.

29. ಅವಂನ ಸಿಸಿಯರು ಅದುನ ಕೇಳ್ವಿಪಟ್ಟು, ಬಂದು, ಅವಂ
ನ ಹೆಣವ ಎತ್ತಿ ಸಮಾದಿಗ ಹಾಕಿದರು.

30. ಆಗ ಅಪೊಸ್ತಲರು ಯೇಸುನ ಸಾರೆ ಕೂಡಿ ಬಂದು,
ತಂಗ ಮಾಡಿದವೆ, ಉಪದೇಸ ಹೆಟ್ಟೀಗಿದವೆ ಎಲ್ಲಾವ, ಅವಂಗ ತಿಳಿ
ಯುಪಡಿಸಿದರು.

31. ಅವಂ ಅವಕರ, ತನಿಯಾಗಿ ಕಾಡುಗ ಹೋಗಿ, ಚಿಟಿಗ
ಷ್ಟಪಾರಿಸಿಯುಂಬಿ ಬಾರಿವಿ ಎನ್ನಂ; ಏಕಾಂದಲೆ, ಬಪ್ಪವಕರೂ,
ಹೋಪವಕರೂ ಅನೇಕ್ಟಾ ಆಗಿದ್ದದುಸೆಂದ, ಅವಕಗ ತಿಂಬದುಗ
ಕೂಡ ಸಮಯ ಸಿಕ್ಕ್ಕಲ್ಲೆ.

32. ಅತ್ತೆಯೇ ಅವಕ ದೋಣಿ ಹತ್ತಿ, ತನಿಯಾಗಿ ಕಾಡಾಗಿ
ಹಟ್ಟ ಒಂದೆಡೆಗ ಹೋದರು.

33. ಅವಕ ಹೋಪದುನ ಜನ ಕಂಡರು; ಆಗ ಅನೇಕ್ಟಾ ಅವ
ಕರ ಅಱೀದು, ಎಲ್ಲಾ ಪಟ್ಟಣಗ್ಳೊಂದವೂ ಒಟ್ಟುಗೂಡಿ, ಕಾಲ್ನಡೆ
ಯಾಗಿ ಓಡಿ, ಅವಕಗ ಮುಂದಾಡು ಅಲ್ಲಿಗ ಸೇದು, ಅವಕರ ಸಾರೆ
ಕೂಡಿ ಬಂದರು.

34. ಯೇಸು ಕರೆಗ ಬಂದು, ಅನೇಕ ಜನವ ಕಂಡು, ಅವಕ
ಮೇಸುವವನಿಲ್ಲದ ಕುಱೀಗ್ಳೊ ಮಾಕೆ ಇದ್ದದುಸೆಂದ, ಅವಕರ
ಮೇಲೆ ಎಱಿಕ ಆಗಿ, ಅವಕಗ ಅನೇಕ ಕಾರಿಯಗ್ಳೊವ ಕುಱೀತು,
ಬೋದಿಸುವದುಗ ತೊವಕಿದಂ.

35. ಅಪ್ಪಱಿ ಜಾಮ ಪುಲಿದ್ಹೋದದುನೆಂದ, ಅವಂನ ಸಿಸಿ
ಯರು ಅವಂನ ಸಾರೆ ಬಂದು, ಇದು ಕಾಡುಜಾಗ, ಅಪ್ಪಱಿ ಜಾ
ಮವು ಪುಲಿದ್ಹೋತು.

36. ಅವಕ ಸುತ್ತುಮುತ್ತೂ ಹಡುವ ಗ್ರಾಮ ಬ್ಟಾಯಿಯೂ,
ಹಟ್ಟಿ ಬ್ಟಾಯಿಯೂ ಹೋಗಿ, ದೊಟ್ಟಿಗ್ಳೊವ ಕೊಂಡೂಂಬ ಹೆಂಗೆ
ಅವಕರ ಕ್ಟೇಗಿ ಬುಡು; ಏಕಾಂದಲೆ ಅವಕಗ ತಿಂಬದುಗ ಏನೂ
ಇಲ್ಲೆ ಎಂದರು.

37. ಆಲೆ ಅವ಼ ಮಱುಉತ್ತರಾಗಿ ನಿಂಗ್ಟುಯೇ ಅವಕಗ ತಿಂಬದುಗ ಕೊಡಿವಿ ಎಂದು ಅವಕಗ ಹ್ಟೇಗಿದ಼. ಆಗ ಅವಕ ಅವ಼ಗ ಎಂಗ ಹೋಗಿ, ಇನ್ನೂರು ಹಣಗ ದೊಟ್ಟೆಕೊಂಡು ಅವಕಗ ತಿಂಬದುಗ ಕೊಡುವದೋ? ಎಂದರು.

38. ಅದುಗ ಅವ಼ ಅವಕರ, ನಿಂಗಗ ಏಸು ದೊಟ್ಟೆಗ್ಟೊ ಹಡದೆ, ಹೋಗಿ ನೋಡಿವಿ! ಎನ್ನ಼; ಅವಕ ಅಱೀದೂಂಡ ಮೇಲೆ, ಐದು ದೊಟ್ಟೆಗ್ಟೊ, ಎರಡು ಮೀನುಗ್ಟೊ, ಹಡದೆ ಎಂದರು.

39. ಆಗ ಅವ಼ ಎಲ್ಲಾ, ಹಚ್ಚೆ ಹುಲ್ಲೊದಗ, ಹತ್ತೆಯಹತ್ತೆಯವಾಗಿ ಕುಳಿಯು ಬೇಕೂಂದು, ಅವಕಗ ಉತ್ತರ ಮಾಡಿದ಼.

40. ಆಗ ಅವಕ ಸಾಲುಸಾಲುಗ ನೂರುನೂರಾಗಿಯೂ, ಐವತ್ತುಐವತ್ತಾಗಿಯೂ, ಕುಳಿದರು.

41. ಆ ಮೇಲೆ ಅವ಼, ಆ ಐದು ದೊಟ್ಟೆಗ್ಟೊವೂ, ಎರಡು ಮೀನುಗ್ಟೊವೂ, ಎತ್ತಿ, ಏಱಿ ಬಾನ ನೋಡಿ, ತ್ರೋತ್ರ ಮಾಡಿ, ದೊಟ್ಟೆಯು ಮುಱಿತು, ಅವಕಗ ಹಚ್ಚಿ ಕೊಡುವದುಗ ತನ್ನ ಸಿಸಿಯರುಗ ಕೊಟ್ಟ಼. ಆ ಎರಡು ಮೀನುಗ್ಟೊವೂ ಎಲ್ಲಾಗ ಪಂಗ್ಹಾಕಿದ಼.

42. ಅವಕೆಲ್ಲಾ ತಿಂದು ಮನಹಾರ ಆದರು.

43. ಇದಲ್ಲದೆ ತುಂಡುಗ್ಟೊವೂ, ಮೀನುಗ್ಟೊವೂ, ಹನ್ನೆರಡು ಕುಕ್ಕೆ ತುಂಬಿಸಿ, ಎತ್ತಿದರು.

44. ಆ ದೊಟ್ಟೆಗ್ಟೊವ ತಿಂದ ಗಂಡಿಸು ಐದು ಸಾವಿರ ಆ್ಟ.

45. ತಾ಼ ಜನವ ಕ್ಟೇಗಿಯುುಂಡಿಬ್ಬನೆ, ತನ್ನ ಸಿಸಿಯರು, ಒಡನೇ ದೋಣಿ ಹತ್ತಿ, ಅಕ್ಕರೆಗ, ಬೆತ್ಸಾಯಿದಗ, ತನಗ ಮುಂದಾಡು ಹೋಗ ಬೇಕೂಂದು, ಕಟ್ಟಾಯ ಮಾಡಿದ಼.

46. ಅವ಼ ಅವಕರ ಕ್ಟೇಗಿ ಆದ ಮೇಲೆ, ಹರಕೆ ಮಾಡುವದುಗ ಒಂದು ಬೆಟ್ಟೊದಗ ಹೋದ಼.

47. ಸಂದ್ಹೊತ್ತಾದದೆಮ್ಮನೆ ದೋಣಿ ನಡು ಸೌಂದುರದೊ ಹಟ್ಟ; ಅವ಼ ಒಬ್ಬನಾಗಿ ಕರೆಯೊ ಇದ್ದ಼.

48. ಆಗ ಗ್ಟಾಯಿ ಅವಕಗ ಇದುರಾಗಿ ಬೀಸಿದದುನೆಂದ, ದೋಣಿಯು ತಂಡು ಈ್ಟಪದುನೊ ಅವಕ ಬಂಬು ಪಡುವದುನ ಕಂಡು, ಇರ್ಟುನೊ ನಾಕನೇ ಜಾಮುದೊ, ಸೌಂದುರದ ಮೇಲೆ ನಡೆದು, ಅವಕರ ಸಾರೆ ಬಂದು, ಅವಕರ ದಾಟಿ ಹೋಪದುಗ ಮನಸ್ಸಾಗಿದ್ದಂ.

49. ಅವಕ ಅವಂ ಸೌಂದುರದ ಮೇಲೆ ನಡೆವದುನ ಕಂಡು, ಒಂದು ಬೂತಾಂದು ನೆನೆತು ಕಿಱಿಂಚಿದರು.

50. ಏಕಾಂದಲೆ, ಅವಕೆಲ್ಲಾ ಅವಂನ ಕಂಡು, ಕಲಂಗಿ ಹೋದರು. ಒಡನೇ, ಅವಂ ಅವಕರೊಂದಿಗೆ ಮಾತಾಡಿ, ಧೈರಿಯ ಆಗಿರಿವಿ! ನಾಂತಾಂ, ಅಂಜ ಬೇಡಿವಿ! ಎಂದು ಹ್ಟೇಗಿದಂ.

51. ಆ ಮೇಲೆ ಅವಂ ಅವಕ ಇದ್ದ ದೋಣಿಗ ಹತ್ತಿದಂ. ಆಗ ಗ್ಟಾಯಿ ನಿದ್ದ; ಅದುಗ ಅವಕ ಬ್ರಮೆತಟ್ಟೆ, ಅದಿಸೆಯು ಪಟ್ಟರು.

52. ಏಕಾಂದಲೆ, ಅವಕರ ಇರುದಯು ಕಟಿಣವಾಗಿ ಹಟ್ಟದು ನೆಂದ, ದೊಟ್ಟಿಗ್ಟೊವ ಅದಿಸೆಯುವ ಆಱಿಂಯುದೆ ಹೋದರು.

53. ಅವಕ ಗೆನೆಜರೇತು ಸೀಮೆಗ ಬಂದು, ಕರೆಗ ಸೇದರು.

54. ಅವಕ ದೋಣೀಂದ ಎರಗಿದ ಒಡನೇ, ಜನ ಅವಂನ ಗುರ್ತುಂ ಹಿಡಿತ್ತು,

55. ಆ ಸೀಮೆಯು ಸುತ್ತುಮುತ್ತೆಲ್ಲಾ ಓಡಿ ಹೋಗಿ, ಸಂಗಟದವಕರ ಹಾಸಿಕೆಯೊ [ಹಡಿಸಿ], ಅವಂ ಇದ್ದನೇಂದು ಕೇಳ್ವಿಪಟ್ಟ ಎಡೆಬ್ಟಾಯಿ, ಅವಕರ ಹೊತ್ತೊಂಡು ಹೋದರು.

56. ಇದಲ್ಲದೆ ಅವಂ ಏಯುಏಯು ಗ್ರಾಮುಗ್ಟೊಗ, ಪಟ್ಟಣಗ್ಟೊಗ, ನಾಡುಗ್ಟೊಗ, ಹುಕ್ಕನೋ ಅಲ್ಲಲ್ಲಿಯು ಸತ್ತೆಬೀದೆಯೊ ಸಂಗಟದವಕರ ಬೀತಿದ್ದು, ಅವಂನ ಬಟ್ಟೆಯು ಚೆಱಿಂಗ ಆಲೆಯೂ ಮುಟ್ಟುವದುಗ ಬುಡುವದೂಂದು, ಅವಂನ ಕೆಂಜಿಯುುಂಡರು. ಅವಂನ ಮುಟ್ಟಿದವಕರೆಲ್ಲಾ ಓಸೆ ಆದರು.

7 ಸಂದಿ.

1. ಆಗ ಯೆರುಸಲೇಮ್ಲೊಂದ ಬಂದ ಪರಿಸಾಯರೂ, ವೇದ ಸಾಸ್ತ್ರಿರಿಗ್ಳೊ ಟ್ಟಗೆ ಜೋಆಚಿ ಆಟ್ಟವೂ, ಅವಂನ ಸಾರೆ ಕೂಡಿ ಬಂದರು.

2. ಅವಕ, ಅವಂನ ಸಿಸಿಯರ್ಳೊಟ್ಟೀಗೆ ಜೋಆಚಿ ಆಟ್ಟ, ತ್ಳೊಟ್ಟೀಗದ ಅಸುದ್ದ ಕೈಗ್ಳೊಟ್ಟೀಂದ ದೊಟ್ಟೆ ತಿಂಬದುನ ಕಂಡು, ತಪ್ಪಿಡಿತರು.

3. ಏಕಾಂದಲೆ, ಪರಿಸಾಯರೂ, ಯೂದರೆಲ್ಲಾವೂ, ತಾತರು ಪೂತರ ಕಟ್ಟಕೈಕೊಂಡು, ತಂಗ ಕೈಯ ಜಾಗುರ್ತೀಂದ ತ್ಳೊಟ್ಟೀಗಿ ಅಲ್ಲದೆ ತಿನ್ನರು;

4. ಅಂಗಡೀಂದ ಬಪ್ಪನೆ, ಏಹಾಂದಲ್ಲದೆ ತಿನ್ನರು; ಬೋ ಗಣೆ, ಬಟ್ಲು, ಚೆಂಬಣಕು, ಕಟ್ಟಲು, ಎವೆಯ ತ್ಳೊಟ್ಟೀಗುವದು, ಮೊದಲಾದ ಅನೇಕ ಕಟ್ಟುಗ್ಟುವ ಕೈಕ್ಳೊಟ್ಟಂಬದುಗಾಗಿ, ಹೊಂದಿ ದ್ದಾಆತಿ.

5. ಆಗ ಆ ಪರಿಸಾಯರೂ, ವೇದಸಾಸ್ತ್ರಿರಿಗೂ, ಅವಂನ ನಿನ್ನ ಸಿಸಿಯರು, ಏಕ? ತಾತರುಪೂತರ ಕಟ್ಟು ಪರಕಾರ ನಡೆಯದೆ, ಕೈ ತ್ಳೊಟ್ಟೀಗದೆ ದೊಟ್ಟೆ ತಿಂದಾಅರಾಂದು ಕ್ಟೇತರು.

6. ಅವಂ ಅವಕಗ ಮಱುತ್ತರಾಗಿ, ಕವಡುಗಾರರಾದ ನಿಂ ಗ್ಟುವ ಕುಱಿತು, ಏಸಾಯ ಒಳ್ಟಂಗೆ ಪ್ರವಾದನೆ ಹ್ಟೇಗಿದ್ದನೆಂ— ಏನಾಂದಲೆ "ಈ ಜನ ತಂಗ ತುಡೀಂದ ಎನ್ನ ಸನ್ಮಾಸಿಯಾಅ, ಆಲೆ ಅವಕರ ಇರುದಯ ಎನಗ ದೂರ ಆಗಿ ಹಡದೆ,

7. ಮನಿಚರ ಕಟ್ಟುಗ್ಳೊಟ್ಟುವ, ಬೋದನೆಯಾಗಿ ಬೋದಿಸಿ, ಜೀಣಾಗಿ ಎನಗ ಪೂಜ್ಯ ಮಾಡಿಯಾಅ" ಎಂದು ಬರೆದ್ಹಡದೆ, ಎನ್ನಂ.

8. ಇತ್ತೆ ನಿಂಗ ದೇವರ ಕಟ್ಟಳೆಗ್ಳೊವ ಬುಟ್ಟೊಟು, ಮನಿ ಚರ ಕಟ್ಟ ಕೈಕೊಂಡು, ಬಟ್ಲುಗುವ, ಬೋಗಣೆಗ್ಟುವ, ತ್ಳೊಟ್ಟೀಗಿ

ಯಾಚಿ; ಇನ್ನೂ ಇತ್ತ್ರವ ಬೇರೆ ಅನೇಕವ ಕೈಕೊಂಡು ಬಂದಾ
ಚಿ ಎನ್ನ೦.

9. ಇನ್ನೂ ಅವ೦ ಅವಕಗ, ನಿಂಗ. ನಿಂಗ ಕಟ್ಟ ಕೈಕ್ಕೊಂಬ
ದುಗಾಗಿ, ದೇವರ ಕಟ್ಟಳೆಯ ತಳ್ಳವೇ ತಳ್ಳಿಯಾಚಿ.

10. ಎತ್ತತೇಂದಲೆ, ಮೋಸೆ ನಿನ್ನಪ್ಪನವೂ, ನಿನ್ನವ್ವೆಯವೂ
ಮೇಲ್ಮೆ ಪಡಿಸು; ಅಪ್ಪನ ಆಗಲಿ, ಅವ್ವೆಯ ಆಗಲಿ ದೂಸಣೆ ಮಾ
ಡುವವ ಸಾಯುವೇ ಸಾಯುಲಿ! ಎಂದು ಹ್ಟೇಗಿದ್ದನೆ೦.

11. ಆಲೆ, ನಿಂಗ, ಒಬ್ಬ೦ ತನ್ನಪ್ಪಗಾಗಲಿ ತನ್ನವ್ವೆಗಾಗಲಿ,
ನೀ ಎನ್ನಿಂದ ಹೊಂದುವ ಒದವಿಯು, ಕೊರ್ಬಾನು ಎಂಬ ಕಾಣಿ
ಕೆಯಾಗಿ ಸಲ್ಲಿಸಿನೆ ಎಂದು ಹ್ಟೇಗಿಲೆ,

12. ಅವ೦ನ, ತನ್ನಪ್ಪಗಾಗಲಿ ತನ್ನವ್ವೆಗಾಗಲಿ ಏನಾಲೆಯೂ
ಮಾಡುವದುಗ ಬುಡದೆ,

13. ನಿಂಗ ಬೋದಿಸಿದ ನಿಂಗ ಮಾಮೂಲೆ ಕಟ್ಟುಗ್ಟೊಂದ,
ದೇವರ ವಾಕ್ಕ ಬೀಣು ಮಾಡಿಯಾಚಿ; ಇನ್ನೂ ಇತ್ತ್ರವ ಅನೇಕ
ಕಾರಿಯುಗ್ಟುವ ಮಾಡಿಯಾಚಿ ಎಂದು ಹ್ಟೇಗಿದ೦.

14. ಆಗ ಅವ೦ ಜನವ ತನ್ನ ಸಾರೆ ಕೊರಸಿ, ಅವಕಗ ನಿಂ
ಗೆಲ್ಲಾ ಎನಗ ಕಿವಿಕೊಟ್ಟು ಕ್ಟೇತು, ಅಚಿದೂಳ್ಳಿವಿ;

15. ಹೊರಾಚೂಂದ ಮನಿಚ೦ಗ್ಟೋಗೆ ಹೋಪವೆ ಒಂದಾ
ಲೆಯೂ, ಅವ೦ನ ತೀಟು ಮಾಡಾಚಿ; ಆಲೆ ಅವ೦ನ ಟ್ಟಗಾ
ಚೂಂದ ಕಡೆವವೆ ತಾ೦ ಮನಿಚ೦ನ ತೀಟು ಮಾಡುವವೆ;

16. ಕ್ಟೇಪದುಗ ಕಿವಿಯುಳ್ಳವ ಕ್ಟೇಯುಲಿ! ಎಂದು ಹ್ಟೇಗಿ
ದ೦.

17. ಆ ಮೇಲೆ ಅವ೦ ಜನವ ಬುಟ್ಟು, ಮನೆಗ್ಟೋಗೆ ಹುಕ್ಕ
ದೆಮ್ಮನೆ, ಅವ೦ನ ಸಿಸಿಯುರು ಆ ಒರಟ ಕುಚಿತು ಅವ೦ನ ಸಾರೆ
ಕ್ಟೇತರು.

18. ಆಗ ಅವ೦ ಅವಕಗ, ನಿಂಗೂ ಆಸಗ ಅಚಿವಿಲ್ಲದವ
ಕರಾಗಿದ್ದಿರಾ? ಹೊಚಿಾಚೂಂದ ಮನಿಚಗ್ಟೋಗೆ ಹೋಪದೇನಾ

ಲೆಯೂ, ಅವ಼ನ ತೀಟುಪಡಿಸಾಱೋಂದು ನಿಂಗ ಅಱೀದೂಂಬಿ
ಲ್ಲೆಯಾ?

19. ಏಕಾಂದಲೆ, ಅದು ಅವ಼ನ ಇರುದಯುಗ್ಟೋಗೆ ಅಲ್ಲ,
ಹೊಟ್ಟೆಗ್ಟೋಗೆ ಹೋಗಿ, ತಿಂದದುನೆಲ್ಲಾವ ಸುದ್ದ ಮಾಡಿ, ಹೊ
ಱಾಚು ಹೋರ.

20. ಆಲೆ ಮನಿಚ಼ನ ಟ್ಟಗಾಂದ ಕಡೆವದೇ ಮನಿಚ಼ನ
ತೀಟು ಪಡಿಸಿರ.

21. ಎತ್ತತೇಂದಲೆ, ಟ್ಟಗಾಂದ, ಮನಿಚ಼ನ ಇರುದಯುದ
ಟ್ಟಗಾಂದ, ಕೆಟ್ಟ ಎಣ್ಣಗ್ಟು, ಹಾದರತನಗ್ಟು ಚ಼ಟ್ಟಯೆತನಗ್ಟು,
ಕೊಲೆಗ್ಟು,

22. ಕಳ್ಳತನಗ್ಟು, ಪೊರುಳಾಸೆಗ್ಟು, ದುಸ್ಟತನಗ್ಟು, ಮೋ
ಸವ್ರೂ, ಬಂಡುತನವ್ರೂ, ಕೆಟ್ಟಕಣ್ಣೂ, ದೂಸಣೆಯೂ, ಗಱುವೆಯೂ,
ಮೂಡತನವ್ರೂ, ಕಡೆದು ಬಂದರೊ.

23. ಕೆಟ್ಟವೆಗ್ಟು ಆದ ಎವೆ ಎಲ್ಲಾ, ಟ್ಟಗಾಂದ ಕಡೆದು
ಬಂದು, ಮನಿಚ಼ನ ತೀಟು ಪಡಿಸಿರೊ, ಎಂದು ಹ್ಟೇಗಿದ಼.

24. ಆ ಮೇಲೆ ಅವ಼ ಅಲ್ಲೀಂದು ಎ್ಟದ್ದು, ಕಡೆದು,
ತೂರು, ಸೀದೋನು [ಪಟ್ಟಣಗ್ಟುವ] ಎಲ್ಲೆಗ ಹೋದ಼. ಅವ಼
ಒಂದು ಮನೆಗ್ಟೋಗೆ ಹುಕ್ಕು, ಅದುನ ದಾರೂ ಅಱಿಯು ಬಾರ
ದೂಂದಿದ್ದ಼. ಆಲೆಯೂ ಅವ಼ ಮಱೆಯಾಗಿಬ್ಬದುಗ ಆಪಿಲ್ಲೆ.

25. ಅಸುದ್ದ ಆತ್ಮ ಹಿಡಿತಿದ್ದ, ಒಂದು ಕುನ್ನ ಹೆಣ್ಣುಳ್ಳವ್ಟ
ಒಂದ್ಟೆಮ್ಮಾತಿ, ಅವ಼ನ ಕುಱಿತು ಕೇಳ್ವಿ ಪಟ್ಟು, ಬಂದು ಅವ಼ನ
ಪಾದಗ ಬುದ್ಟ.

26. ಆ ಹೆಮ್ಮಾತಿ ಸುರೊಪೊಯಿನೀಕ್ಯ ಸೀಮೆಯುವ್ಟ ಆದ,
ಗ್ರೇಕ ಹೆಮ್ಮಾತಿಯಾಗಿದ್ಟ. ಅವ್ಟ ತನ್ನ ಮಗ್ಟಾಂಡ ಬೂತವ ಕಡ
ಸೋದೂಂದು ಅವ಼ನ ಕೆಂಜಿಯುಂಡ್ಟ.

27. ಆಗ ಯೇಸು ಅವ್ಟಗ, ಮೊದಲು ಮಕ್ಕ್ಟ ಮನಹಾರ

ಆಗಲಿ! ಏಕಾಂದಲೆ, ಮಕ್ಕ್ಟುವ ದೊಟ್ಟಿಯು ಎತ್ತಿ, ನಯೆಗ್ಟೋೀಗ
ಹಾಕುವದು ಒಳ್ಳಿತಲ್ಲ ಎನ್ನಂ.

28. ಆದುಗ ಅವ್ಟ ಹಾಂ ಸೋೀವಿಾ! ಮೇೀಜುಗಡಿಯಾಚು
ಇಬ್ಬ ನಯೆಗ್ಟೊ, ಕುಸ್ನವೆಯು ಎಚ್ಚ್ಚಲ ತಿಂದರೊ ಎಂದ್ಟ.

29. ಆಗ ಅವಂ ಅವ್ಟಗ, ಈ ಮಾತ ಪತ್ತಿ ನೀ ಹೋೀಗು!
ಬೂತ ನಿನ್ನ ಮಗ್ಟುವ ಬುಟ್ಟು ಕಡೆದ! ಎನ್ನಂ.

30. ಅವ್ಟ ತನ್ನ ಮನೆಗ ಬಂದು, ತನ್ನ ಕೂಸ್ಥೆಣ್ಣು ಹಾಸಿಕೆ
ಯೊದಗ ಹಡಿದಿಬ್ಬದುನವೂ, ಬೂತ ಕಡೆದು ಹೋೀಗಿದ್ದದುನವೂ
ಕಂಡ್ಟ.

31. ಅವಂ ಮಱಿಚಿ, ತೂರು ಸೀದೋೀನು [ಪಟ್ಟಣ
ಗ್ಟುವ] ಎಲ್ಲೆಗ್ಟೋೀಂದ ಕಡೆದು, ದೆಕಪ್ರೊಲಿಯು ಎಲ್ಲೆಗ್ಟುವ ನಡು
ದಾರಿಯಾಗಿ, ಗಲಿಲಾಯ ಸೌಂದುರ ಸಾರೆ ಬನ್ನಂ.

32. ಆಗ ಕೊದಚಿ ಮಾತಾಡುವ ಒಬ್ಬ ಕಿವುಡನ, ಅವಂನ
ಸಾರೆ ಕೂಟೆ ಬಂದು, ಅವಂನ ಮೇೀಲೆ ತನ್ನ ಕೈಯು ಬೀಪದೂಂದು
ಅವಂನ ಕೆಂಜಿಯುುಂಡರು.

33. ಆಗ ಅವಂ ಅವಂನ ಜನ ಕೂಟಾಂದ ತೆರಚಿ, ಕೂಟೆ
ಯುುಂಡ್ಥೋೀಗಿ, ತನ್ನ ಬೆರಲುಗ್ಟುವ ಅವಂನ ಕಿವಿಗ್ಟೊ ಓ್ಟಗೆ ಹಾಕಿ,
ಉಗ್ಟಿದು, ಅವಂನ ನಾಲಂಗೆಯು ಮುಟ್ಟಿ,

34. ಬಾನ ನೋೀಡಿ, ಏಂಗಿ, ಎಪ್ಪತಾ! ಎಂದು ಅವಂಗ ಹ್ಟೇೀ
ಗಿದಂ. ತಱಿಯುಲಿ! ಎಂಬದು ಆದುನ ಅರ್ತ.

35. ಒಡನೇೀ, ಅವಂನ ಕಿವಿ ತಱಿದು, ಅವಂನ ನಾಲಂಗೆಯು
ಕಟ್ಟು ಬುಟ್ಟು, ತೆಳಿವಾಗಿ ಮಾತಾಡಿದಂ.

36. ಆಗ ಅವಂ ಅದುನ ದಾರಗೂ ಹ್ಟೇೀಗ ಬಾರದೂಂದು,
ಅವಕೆಗ ಉತ್ತರ ಮಾಡಿದಂ; ಆಲೆ ಅವಂ ಅವಕಗ ಏಸಗ ಹೆಚ್ಚಾಗಿ
ಉತ್ತರ ಮಾಡಿದನೊ, ಆಸಗ ಹೆಚ್ಚಾಗಿ ಅವಕ ಅದುನ ಸಾಱಿ
ದರು.

37. ಇನ್ನೊ, ಅವಂ ಎಲ್ಲಾವ ಒಳ್ಳೆಂಗೆ ಮಾಡಿದ್ದನೆ; ಕಿವುಡರು ಕ್ಹೇಪ ಹೆಂಗೆಯೂ, ಮೂಂಗರು ಮಾತಾಡುವ ಹೆಂಗೆಯೂ, ಮಾಡಿನಾಂಂದು ಹ್ಹೇಗಿ, ಬಲಊ ಅಪ್ಪರ ಆದಿಸೆಯು ಪಟ್ಟರು.

8 ಸಂಧಿ.

1. ಆ ಜಿನಗ್ಹೊ ಟ್ಹಗೆ, ಏರಾಳವಾದ ಜನ ಕೂಟ ತಿರಿಗಿ ಕೂಡಿ ಬಂದಿಬ್ಬನೆ, ಅವಕಗ ತಿಂಬದುಗ ಏನೂ ಇಲ್ಲದೆ ಹಡುವನೆ, ಯೇಸು ತನ್ನ ಸಿಸಿಯರ ಕೊರಸಿ,

2. ಆಪಕಗ, ನಾಂಜನಗಾಗಿ ಪಟಿದಾಪ ಪಟ್ಟನೆ; ಏಕಾಂದಲೆ ಆವಕ ಈಗ ಮೂರು ಜಿನಾಂದ ಎನ್ನೊಂದಿಗೆ ತಂಗಿದ್ದಾಟಿತಿ, ಆವಕಗ ತಿಂಬದುಗ ಏನೂ ಇಲ್ಲೆ;

3. ಆದದುನೆಂದ ನಾಂ ಅವಕರ ಉಣ್ಣಪಟ್ಟೆ ಮನೆಗ ಕ್ಹೇಗಿಲೆ, ಬ್ಹಾಲಿ ಹೋದಾಟಿ. ಇದಲ್ಲದೆ ಅವಕರ್ಹೊೇಗೆ ಜೋಚಿ ಆ್ಹ, ದೂರಾಂದ ಬಂದಿದ್ದಾಟಿತಿಯೋ ಎಂದು ಅವಕಗ ಹ್ಹೇಗಿದಂ.

4. ಅದುಗ ಅವಂನ ಸಿಸಿಯರು, ಇಲ್ಲಿ, ಕಾಡುನೊ ಒಬ್ಬಂ ಎಲ್ಲಿಂದ ದೊಟ್ಟಿಗ್ಹೊವ ಹೊತ್ತು ಬಂದು, ಎವಕರ ಮನಹಾರ ಮಾಡಾಕು? ಎಂದರು.

5. ಆಗ ಅವಂ ಅವಕರ ನಿಂಗ ಸಾರೆ ಏಸು ದೊಟ್ಟಿ ಹಡದೆ? ಎಂದು ಕ್ಹೇತದೆಮ್ಮನೆ, ಅವಕ ಈ್ಹಲು ಎಂದರು.

6. ಆಗ ಅವಂ ಜನವ ನೆಲದೊ ಕುಳಿಬದುಗ ಉತ್ತರ ಮಾಡಿ, ಆ ಈ್ಹಲು ದೊಟ್ಟಿಯು ಎತ್ತಿ, ತೋತ್ರ ಮಾಡಿ ಮುಟಿತು, ಅವಕಗ ಇಕ್ಕುವದುಗ ತನ್ನ ಸಿಸಿಯರುಗ ಕೊಟ್ಟಂ; ಅವಕ ಜನಗ ಇಕ್ಕಿದರು.

7. ಇದಲ್ಲದೆ, ಅವಕರ ಸಾರೆ ಒಂದೋಚಿ ಕುನ್ನ ಮೀನುಗ್ಹೊ ಪಟ್ಟ; ಅವಂ ಆವೆಯು ಹರಸಿ, ಅವೆಯುವೂ ಅವಕಗ ಇಕ್ಕುವದುಗ ಹ್ಹೇಗಿದಂ.

8. ಅವಕ ಹೊಟ್ಟೆತುಂಬ ತಿಂದರು; ಮಿಕ್ಕ ತುಂಡುಗ್ಹುವ ಈ್ಹಲು ಮಕ್ಕರಿ ತುಂಬ ಎತ್ತಿದರು.

9. ತಿಂದವಕ ಹೆಚ್ಚು ಕಮ್ಮಿ ನಾಕು ಸಾವಿರ್ಟಾ. ಆ ಮೇಲೆ ಅವ
ಕರ ಕ್ಟೇಗಿ ಬುಟ್ಟು.

10. ಅವು ಒಡನೇ, ತನ್ನ ಸಿಸಿಯರೊಂದಿಗೆ ದೋಣಿ ಹತ್ತಿ,
ದಲ್ಮನೂತ ಸೀಮೆಗ ಬನ್ನು.

11. ಆಗ ಪರಿಸಾಯರು ಬಂದು, ಅವುನ ಸೋದಿಸಿ, ಅವು
ಬಾನೂಂದ ಒಂದು ಅಡೆಯಾಳ ತೋರಿಸುವದೂಂದು, ಅವುನೊಂ
ದಿಗೆ ತರ್ಕ ಮಾಡುವದುಗ ತೊಡಂಗಿದರು.

12. ಅವು ತನ್ನ ಆತ್ಮದೊ, ಅಪ್ಪಲಿ ದುಕ್ಕಪಟ್ಟು, ಈ ಕೊ
ಲದವಕ ಅಡೆಯಾಳವ ತೇಡುವದೇನಗ? ಈ ಕೊಲದವಕಗ ಅಡೆ
ಯಾಳ ಕೊಡುವದಿಲ್ಲೇಂದು, ನಿಜಾಗಿ ನಿಂಗಗ ಹ್ಟೇಗಿನೆ ಎನ್ನು.

13. ಹಿಂದೆ ಅವಕರ ಬುಟ್ಟು, ತಿರಿಗಿ ದೋಣಿ ಹತ್ತಿ, ಅಕ್ಕ
ರೆಗ ಹೋದು.

14. ಆಲೆ ಸಿಸಿಯರು ದೊಟ್ಟಿ ಎತ್ತಿಯುಂಡ್ಹೋಪದುಗ ಮ
ಱಿದು ಬುಟ್ಟರು. ಅವಕರ ಸಾರೆ ದೋಣಿಯೊ ಒಂದು ದೊಟ್ಟಿಗ
ಮೇಲೆ ಹಡುಲ್ಲೆ.

15. ಆಗ ಅವು ಅವಕರ ನೋಡಿಯುಳ್ಳಿವಿ! ಪರಿಸಾಯರ
ಹ್ಟುಯಿ ಹಿಟ್ಟ ಕುಱಿತೂ, ಹೆರೋದನ ಹ್ಟುಯಿ ಹಿಟ್ಟ ಕುಱಿತೂ,
ಎಚ್ಚರಿಕೆಯಾಗಿರಿವಿ! ಎಂದು ಉತ್ತರ ಮಾಡಿದು.

16. ಅದುಗ ಅವಕ ನಂಗ ಸಾರೆ ದೊಟ್ಟಿ ಇಲ್ಲದದುಸೆಂದ,
ಇತ್ತೆ ಹ್ಟೇಗಿನಾಂದು ತಂಗಗ್ಟೋಗೆ ಮಾತಾಡಿಯುಂಡರು.

17. ಯೇಸು ಅದುನ ಅಱಿದು ಅವಕಗ ಹ್ಟೇಗಿದದೇನಾಂ
ದಲೆ:—ನಿಂಗ ಸಾರೆ ದೊಟ್ಟಿ ಇಲ್ಲದದುಗಾಗಿ, ನಿಂಗ ಮಾತಾಡಿ
ಯುಂಬದೇನ? ನಿಂಗ ಇನ್ನೂ ಒಣರದೆ, ಅಱಿಯದೆ ಇದ್ದಿರಾ?
ಇನ್ನೂ ನಿಂಗ ಇರುದಯ ಕಟಿಣವಾಗಿ ಹಡದೆಯಾ?

18. ನಿಂಗ ಕಣ್ಣಟ್ಟೂ ನೋಡುವದಿಲ್ಲೆಯಾ? ಕಿವಿಹಟ್ಟೂ
ಕ್ಟೇಪದಿಲ್ಲೆಯಾ? ನಿಂಗ ಗೇಪ ಮಾಡುವದಿಲ್ಲೆಯಾ?

19. ನಾಂ ಐದು ದೊಟ್ಟಿಗ್ಟುವ ಐದು ಸಾವಿರ್ಕಾಗ ಮುಱಿತು
ಕೊಟ್ಟದೆಮ್ಮನೆ, ತುಂಡುಗ್ಟುವ ಏಸು ಕುಕ್ಕೆ ತುಂಬ ಎತ್ತಿದಿ? ಎಮ್ಮ
ನೆ, ಅವಕ ಹನ್ನೆರಡು ಎಂದರು.

20. ಇದಲ್ಲದೆ ಈ್ಟಉ ದೊಟ್ಟಿಗ್ಟುವ ನಾಕು ಸಾವಿರ್ಕಾಗ
ಮುಱಿತು ಕೊಟ್ಟದೆಮ್ಮನೆ, ತುಂಡುಗ್ಟುವ ಏಸು ಮಕ್ಕರಿ ತುಂಬ
ಎತ್ತಿದಿ? ಎಮ್ಮನೆ, ಅವಕ ಈ್ಟಉ ಎಂದರು.

21. ಅತ್ತೆಯಾಲೆ ಇನ್ನೂ ನಿಂಗ ಅಱಿಯುದೆ ಇಬ್ಬದು ಎ
ತ್ರತೆ? ಎನ್ನಂ.

22. ಹಿಂದೆ, ಅವಕ ಬೆತ್ಸಾಯಿದಗ ಬಂದರು; ಆಗ ಅವಕ
ಒಬ್ಬ ಕುರುಡನ ಅವಂನ ಸಾರೆ ಕೂಟಿ ಬಂದು, ಅವಂನ ಮುಟ್ಟು
ವದೂಂದು ಅವಂನ ಕೆಂಜಿಯುಂಡರು.

23. ಅವಂ ಕುರುಡನ ಕೈಯ ಹಿಡಿತು, ಅವಂನ ಊರುಗ
ಹೊಱಾಚು ಕೂಟಿ ಹೋಗಿ, ಅವಂನ ಕಣ್ಣುಗ್ಟೊ ಮೇಲೆ ಉ
ಗ್ಟಿದು, ಅವಂನ ಮೇಲೆ ಕೈಗ್ಟುವ ಬೀತು, ನೀ ಏನವ ಆಲೆಯೂ
ನೋಡಿರೆಯಾ? ಎಂದು ಅವಂನ ಕ್ಟೇತಂ.

24. ಅವಂ ಏಱಿ ನೋಡಿ, ಮನಿಚರ ನಡೆವ ಮೊರಗ್ಟೊ
ಮಾಕೆ ಕಂಡನೆ ಎನ್ನಂ.

25. ಆಗ ಅವಂ ತಿರಿಗಿ ಅವಂನ ಕಣ್ಣುಗ್ಟೊ ಮೇಲೆ ಕೈ
ಗ್ಟೊವ ಬೀತು, ಅವಂನ, ಮೇಲೆ ನೋಡುವ ಹೆಂಗೆ ಮಾಡಿದಂ.
ಆಗ ಅವಂ ಸೊಸ್ತ ಆಗಿ, ಎಲ್ಲಾವ ಒಳ್ಳೆಂಗೆ ನೋಡಿದಂ.

26. ಆಗ ಅವಂ ಅವಂನ, ನೀ ಊರುಗ ಹೋಗವೂ ಬೇಡ,
ಊರುನೊ ದಾರಗೂ ಕ್ಟೇಗವೂ ಬೇಡ ಎಂದ್ಟೇಗಿ, ಅವಂನ ಮನೆಗ
ಕ್ಟೇಗಿ ಬುಟ್ಟಂ.

27. ಆ ಮೇಲೆ ಯೇಸೂ, ಅವಂನ ಸಿಸಿಯರೂ ಪಿಲಿಪ್ಪಿ
ಸೆಸಾರಿ ಪಟ್ಟಣಗ ಸೇದ ಊರುಗ್ಟೋಗ ಹೋದರು. ದಾರಿಯೊ,
ತನ್ನ ಸಿಸಿಯರ, ಜನ ಎನ್ನ ದಾರಾಂದಾಱಿ ಎಂದು ಕ್ಟೇತಂ.

28. ಅದುಗ ಅವಕ ನಿನ್ನ ಸ್ನಾನ ಕೊಡುವವಸಾದ ಯೋ
ಹಾನಾಂಡೂ, ಜೋಚಿ ಲ್ಟ ಎಲಿಯಾಂದೂ, ಬೇರನವಕ ಪ್ರವಾ
ದಿಗ್ಲೊಟ್ಟಿಗೆ ಒಬ್ಬಾಂಂಡೂ ಹ್ಟೇಗಿಯಾಱಿ ಎಂದರು.
29. ಆಗ ಅವಂ ಅವಕರ, ಆಲೆ ನಿಂಗ ಎನ್ನ ದಾರಾಂದಾಱಿ?
ಎನ್ನಂ; ಅದುಗ ಪೇತ್ರಂ ಮಱು ಉತ್ತರಾಗಿ ನೀ ಕ್ರಿಸ್ತಂತಾಂ ಎನ್ನಂ.
30. ಆಗ ಅವಂ ತನ್ನ ಕುಱೀತು, ದಾರಗೂ ಹ್ಟೇಗ ಬಾರ
ದೂಂದು ಅವಕಗ ಉತ್ತರ ಮಾಡಿದಂ.
31. ಇದಲ್ಲದೆ, ಮನಿಚನ ಮಾತಿ ಅನೇಕ ಪಾಡುಗ್ಲೊಟ್ಟಿ ಪಟ್ಟು,
ಗೊತ್ತುಗಾರರೂಂದವ್ರೂ, ದೊಡ್ಡ ಪೂಜಾರಿಗ್ಲೊಟ್ಟೀಂದವ್ರೂ, ವೇದ
ಸಾಸ್ತ್ರಿರಿಗ್ಲೊಟ್ಟೀಂದವ್ರೂ, ತಳ್ಳಿಸಿಯುಂಡು, ಕೊಲೆಯಾಗಿ, ಮೂರು ಜಿನ
ಆದ ಮೇಲೆ ತಿರಿಗಿ ಲ್ಟದ್ದನಂ ಎಂದು ಅವಕಗ ಬೋದಿಸುವದುಗ
ತೊಡಂಗಿದಂ.
32. ಈ ಮಾತ ಅವಂ ತೆಳಿವಾಗಿ ಹ್ಟೇಗಿದಂ. ಆಗ ಪೇತ್ರಂ
ಅವಂನ ಕೈಯ ಹಿಡಿತು ಗದರಿಸುವದುಗ ತೊಡಂಗಿದಂ.
33. ಆಲೆ ಅವಂ ತಿರಿಗಿಯುಂಡು, ತನ್ನ ಸಿಸಿಯರ ನೋಡಿ,
ಪೇತ್ರನ ಗದರಿಸಿ, ಸೈತಾನಾ! ನೀ ಎನ್ನಿಂದಾಡು ಹೋಗು! ನೀ ದೇ
ವರ ಆಲೋಚನೆಯ ಬುಟ್ಲೊಟು, ಮನಿಚರ ಆಲೋಚನೆಯ ಹಿಡಿ
ತರೆ ಎನ್ನಂ.
34. ಹಿಂದೆ ಅವಂ ಪಜೆಯವ್ರೂ, ತನ್ನ ಸಿಸಿಯರವ್ರೂ, ತನ್ನ
ಸಾರೆ ಕೊರಸಿ, ಎನ್ನಿಂದಾಡು ಬರಬೇಕೂಂದು ಆರಗಾಲೆಯೂ ಮ
ನಸ್ಥಟ್ಟಲೆ, ತನ್ನ ಜೀವದ ಆಸೆಯ ಬುಟ್ಲೊಟು, ತನ್ನ ಸಿಲುವೆಯ
ಹೊತ್ತೊಂಡು ಎನ್ನಿಂದಾಡು ಬರಲಿ!
35. ತನ್ನ ಪೆರಣವ ಲ್ಟುಯಿಸ ಬೇಕೂಂದಿಬ್ಬವಂ ಅದುನ
ಎಳಂದ್ಲೋನಂ. ಎನಗಾಗಿಯೂ, ಒಳ್ಳೇ ವಾಕ್ಕುಗಾಗಿಯೂ, ತನ್ನ
ಪೆರಣ ನಸ್ಟ ಪಡುವವಂ, ಅದುನ ಲ್ಟುಯಿಸಿಯುಣ್ಣನಂ.
36. ಒಬ್ಬಂ ಮನಿಚಂ ಲೋಕ ಎಲ್ಲಾವ ಸಂಪಾದಿಸಿಯುಂಡ
ಲೆಯೂ, ಪೆರಣ ನಸ್ಟ ಪಟ್ಟಲೆ, ಅವಂಗ ಪ್ರುರೋಜನ ಏನ?

37. ಇಲ್ಲದ್ದೋಲೆ ಒಬ್ಬಁ ಮನಿಚಁ ತನ್ನ ಪೆರಣಗ ಈಡಾಗಿ ಏನವ ಕೊಟ್ಟನಾ?

38. ಚ್ಟೊಯೆತನವೂ ಪಾಪವೂ ಉಳ್ಳ ಈ ಸಂದನಿಯವಕರ್ಟೋಗೆ, ಏಯುವಁ ಎನ್ನ ಕುಱಿತೂ, ಎನ್ನ ವಾಕ್ಕುಗಟ್ಟುವ ಕುಱಿತೂ, ನಾಚಿಕೆ ಪಟ್ಟನವೋ ಅವಁನ ಕುಱಿತು, ಮನಿಚಁಸ ಮಾತಿನೂ, ತನ್ನಪ್ಪನ ಮಹಿಮೆಯೊ ಪರಿಸುದ್ಧ ಜಮಗಾರರೊಂದಿಗೆ ಬಪ್ಪನೆಗ, ನಾಚಿಕೆ ಪಟ್ಟನಁ ಎಂದು, ಅವಕಗ ಹ್ಟೇಗಿದಁ.

9. ಸಂದಿ.

1. ಇದಲ್ಲದೆ ಅವಁ ಅವಕಗ ನಿಜಾಗಿ ನಿಂಗಗ ಹ್ಟೇಗಿನೆ, ದೇವರ ರಾಜ್ಯ ಬಲವಾಗಿ ಬಂದ್ದಡುವದುನ ತಂಗ ನೋಡುವನೆಗಟ್ಟ, ಇಲ್ಲಿ ನಿದ್ದಿಬ್ಬವಕರ್ಟೋಗೆ ಜೋಚಿ ಲ್ಟ ಸಾಯರು ಎನ್ನಁ.

2. ಆರು ಜಿನಗ್ಟೊ ಆದ ಮೇಲೆ, ಯೇಸು ಪೇತ್ರಁಸವೂ ಯಾಕೋಬಁನವೂ ಯೋಹಾನಁನವೂ ತೆರಚಿ ಕೂಟಿಯುಂಡು, ಉದ್ದವಾದ ಒಂದು ಬೆಟ್ಟುಗ ಹೋದಁ. ಅಲ್ಲಿ ಅವಕರ ಕಣ್ಣು ಮುಂದಾಡು ಅವಁನ ಉರುಪು ಬೇರೆ ಆತು.

3. ಅವಁಸ ಬಟ್ಟೆಗ್ಟೊ, ಬೂಮಿಯು ಮೇಲೆ ಏಯು ಅಸಗನಾಲೆಯೂ ಬೆಳ್ಳೆಮಾಡಾರದಾಸಗ, ಅಪ್ಪರ ಬ್ಟೀದಾಗಿ ಹ್ಟೊಯೆದೊ.

4. ಆಗ ಎಲಿಯನೂ ಮೋಸೆಯೂ ಅವಕಗ ಕಾಣಿಸಿಯುಂಡು, ಯೇಸುನ ಕೋಡ ಮಾತಾಡಿಯುಂಡಿದ್ದರು.

5. ಆಗ ಪೇತ್ರಁ ಯೇಸುಗ ಉತ್ತರ ಕೊಟ್ಟು, ಗುರುವೇ! ನಂಗ ಇಲ್ಲಿ ಇಬ್ಬದು ಒಳ್ಳಿತು! ಮೂರು ಚಪ್ಪರ ಹಾಕುವೋಁ, ನಿನಗೊಂದು, ಮೋಸೆಗೊಂದು, ಎಲಿಯಗೊಂದು ಎನ್ನಁ.

6. ಅವಁ ಏನ ಹ್ಟೇಗುವದೊಂದು ಅಱಿಯದೆ ಇದ್ದಁ; ಏಕಾಂದಲೆ ಅವಕ ಅಪ್ಪಱ ಅಂಜಿದರು.

7. ಆಗ ಒಂದು ಮುಂಜು ಬಂದು ಅವಕರ ಮೇಲೆ ನ್ಟಾಲು

ಕಟ್ಟಿತು. ಆ ಮುಂಜೂಂದ ಎವಂತಾಂ ಎನ್ನ ಪಿರಿಯು ಮಾತಿ, ಎವಂಸ ಮಾತ ಕ್ಟೇವಿ! ಎಂಬ ಸದ್ದಾತು.

8. ಒಡನೇ ಅವಕ ಸುತ್ತುಮುತ್ತೂ ನೋಡಿ, ತಂಗೊಂದಿಗೆ ಇಬ್ಬ ಯೇಸು ಒಬ್ಬಂನವೇ ಅಲ್ಲದೆ, ಇನ್ನೂ ಬೇರೆ ದಾರವೂ ಕ್ಟಾಂಬಿಲ್ಲೆ.

9. ಅವಕ ಬೆಟ್ಟೂಂದ ಎಱಿಗಿ ಬಪ್ಪನೆ, ಮನಿಜಂನ ಮಾತಿ ಸತ್ತು ತಿರಿಗಿ ಜೀವಾಂದ ಎಟ್ಟಬ್ಬನೆಗಟ್ಟ, ನಿಂಗ ಕಂಡವೆಯು ದಾರಗೂ ಹೆಟ್ಟೇಗ ಬಾರದೂಂದು, ಉತ್ತರ ಮಾಡಿದಂ.

10. ಆಗ ಅವಕ ಸತ್ತು, ತಿರಿಗಿ ಜೀವಾಂದ ಎಟ್ಟಬ್ಬದೂಂದಲೆ ಏನಾಂದು ತಂಗಗ್ಟೋಗೆ ತರ್ಕ ಮಾಡಿಯುಂಡು, ಆ ಮಾತ ತಂಗೆ ಗ್ಟೋಗೆ ಬೀತೂಂಡರು.

11. ಬೈಯ ಎಲೀಯಂ ಮೊದಲು ಬರ ಬೇಕೂಂದು ಸಾಸ್ತ್ರಿರಿಗ್ಟೊ ಹೆಟ್ಟೇಗಿಯಾಱಿವೆ, ಅದೆತ್ತತೇಂದು ಅವಂನ ಕ್ಟೇತರು.

12. ಅದುಗ ಅವಂ ಮಱುತ್ತರಾಗಿ ಎಲಿಯು ಮೊದಲಾಗಿ ಬಂದು, ಎಲ್ಲವ ಸರಿಪಡಿಸಿನಾಂಬದು ನಿಜತಾಂ; ಆಲೆ ಮನಿಜಂನ ಮಾತಿ ಬಲುಪಾಡು ಪಟ್ಟು, ಆಪಮಾನ ಪಡಬೇಕೂಂದು ಬರೆದ್ದಡದೆಯೆ, ಅದೆತ್ತತೆ! ಎನ್ನಂ.

13. ಬೈಯ ಎಲೀಯು ಬಂದು ಹೋದಾಂದೂ, ಅವಂನ ಕುಱಿತು ಬರೆದ್ದಡುವ ಪರಕಾರ, ತಂಗ ಮನಸ್ಸುಗ ಬಂದ ಹೆಂಗೆ ಅವಂಗ ಮಾಡಿದರೂಂದೂ, ನಿಂಗಗ ಹೆಟ್ಟೇಗಿನೆ ಎನ್ನಂ.

14. ಆ ಮೇಲೆ ಅವಕ ಸಿಸಿಯರ ಸಾರೆ ಬಂದದೆಮ್ಮನೆ, ಅವಕರ ಸುತ್ತೂ, ಅಪ್ಪಱ ಜನ ಇಬ್ಬದುನವೂ, ಅವಕರೊಂದಿಗೆ ಸಾಸ್ತ್ರಿರಿಗೊ ತರ್ಕಮಾಡುವದುನವೂ ಕಂಡಂ.

15. ಜನ ಎಲ್ಲಾ ಆವಂನ ಕಂಡ ಒಡನೇ ಬಲೂ ಅದಿಸೆಯ ಪಟ್ಟು, ಓಡಿ ಬಂದು, ಅವಂಗ ಸರಣ ಮಾಡಿದರು.

16. ಆಗ ಅವಂ ಸಾಸ್ತ್ರಿರಿಗ್ಟುವ, ನಿಂಗ ಎವಕರೊಂದಿಗೆ ಏಸ ತರ್ಕ ಮಾಡಿದಿ? ಎಂದು ಕ್ಟೇತಂ.

17. ಆಗ ಜನ ಕೂಟದೊ ಒಬ್ಬ಼, ಅವ಼ಗ ಗುರುವೇ ಮೂಂಗಾಡ ಅತ್ಮ ಹಿಡಿತವ಼ನಾಗಿಬ್ಬ ಎನ್ನ ಮಾತಿನ಼ ನಿನ್ನ ಸಾರೆ ಕೂಟಿ ಬಂದಿದ್ದೆ಼;

18. ಅದು ಎಲ್ಲಿ ಅವ಼ಗ ತಟ್ಟೆರವ್ರೋ, ಅಲ್ಲಿ ಅವ಼ನ ಕ್ಟೀಯೆ ತಳ್ಳಿ ಬುಟ್ಟೆರ. ಆಗ ಅವ಼ಗ ನೊರೆ ಗ್ಟಬ್ಬಿ, ಹಲ್ಲು ಕಚ್ಚಿ, ಕಟ್ಟಕ ತಟ್ಟೆರ. ಅದುನ ಕಡಸುವದೂಂದು ನಿನ್ನ ಸಿಸಿಯರ ಕ್ಟೇತೆ಼. ಅವಕರೆಂಡ ಆಗಾಱಿಡೆ ಹೋತು ಎಂದು ಜವಾಬು ಹ್ಟೇಗಿದ಼.

19. ಅವ಼ ಮಱು ಉತ್ತರಾಗಿ ಅವಕರ [ದೇವರ] ನಂಬದ ಸಂದದಿಯುವಕರೇ! ನಾ ಇನ್ನೂ ಎನ್ನೆಗಟ್ಟ ನಿಂಗೊಂದಿಗೆ ಇಬ್ಬೆ಼? ಎನ್ನೆಗಟ್ಟ ನಿಂಗ್ಟುವ ತಾಳುವೆ? ಅವ಼ನ ಎನ್ನ ಸಾರೆ ಕೂಟಿ ಬಾರಿವಿ ಎನ್ನ಼.

20. ಆಗ ಅವ಼ನ ಅವ಼ನ ಸಾರೆ ಕೂಟಿ ಬಂದರು. ಅವ಼ ಅವ಼ನ ಕಂಡ ಒಡನೇ, ಆ ಆತ್ಮ ಅವ಼ನ ಅಪ್ಪಱಿ ಒದ್ದಾಡಿಸಿತು; ಅವ಼ ನೆಲಗ ಬ್ಟುದ್ದು, ನೊರೆಗ್ಟಬ್ಬಿ ಹೊರಳಾಡಿದ಼.

21. ಅವ಼ ಇದು ಅವ಼ಗ ಬಂದು ಏಸುಕಾಲ ಆತೂಂದು ಅವ಼ನಪ್ಪನ ಕ್ಟೇತ಼. ಆದುಗ ಅವ಼ ಕುನ್ನ ಪೆರೆಯಾಂದವೇ ಹಡದೆ;

22. ಅದು ಅವ಼ನ ಕೊಬ್ಬದುಗ ಅನೇಕ ಹುಟ್ಟು ಅವ಼ನ ಕಿಚ್ಚುಗೂ, ನೀರುಗೂ ತಳ್ಳಿದ್ದದೆ. ಆಲೆ ನೀ ಏನಾಲೆಯೂ ಮಾಡುವದಾಲೆ ಎಂಗ ಮೇಲೆ ಮನಸ್ಸೆಱಿಗಿ ಎಂಗಗ ಒತ್ತಾಸೆ ಮಾಡು! ಎನ್ನ಼.

23. ಯೇಸು ಅವ಼ಗ ನೀ ನಂಬಿಲೆ ಆರ, ನಂಬುವವ಼ಗ ಎಲ್ಲಾ ಆರ ಎನ್ನ಼.

24. ಒಡನೇ ಆ ಕೂಸುನ ಅಪ್ಪ ಕರ್ತಾ! ನಂಬಿನೆ, ಎನ್ನ ಅವನಂಬಿಕೆ [ಹೋಪ ಹೆಂಗೆ] ಎನಗ ಒದವಿ ಮಾಡು ಎಂದು ಕಣ್ಣೀರೊಂದಿಗೆ ಕಿಱೀಚಿ ಹ್ಟೇಗಿದ಼.

25. ಆಗ ಜನ ಒಟ್ಟಾಗಿ ಓಡಿ ಬಪ್ಪದುನ ಯೇಸು ಕಂಡು,
ಆ ಅಸುದ್ಧ ಆತ್ಮಗ, ಮೂಂಗೂ, ಕಿವುಡೂ ಆಗಿಬ್ಬ ಆತ್ಮವೇ, ಎವಂ
ನ ಬುಟ್ಟು ಕಡೆ! ಇನ್ನು ಮೇಲೆ ಎವಂಗ್ಟೋಗೆ ಹುಗ ಬೇಡಾಂದು
ನಾಂ ನಿನಗ ಉತ್ತರ ಮಾಡಿನೇಂದು ಹ್ಟೇಗಿ, ಅದುನ ಗದರಿಸಿದಂ.
26. ಅದು ಅಪ್ಪೞಿ ಸದ್ದು ಮಾಡಿ, ಅವಂನ ಅಪ್ಪರ ಗುಂಜಿ
ಯಾಡಿಸಿ, ಕಡೆದ್ಹೋತು. ಅನೇಕ್ಟಾ ಅವಂ ಸತ್ಹೋದಾಂದು ಹ್ಟೇ
ಗುವ ಹೆಂಗೆ, ಅವಂ ಸತ್ತವಂ ಮಾಕೆ [ಬ್ಟುದ್ದು] ಇದ್ದಂ.
27. ಆಲೆ ಯೇಸು ಅವಂನ ಕೈಯ ಹಿಡಿತು ಎತ್ತಿದಂ; ಆಗ
ಅವಂ ಎ್ಟದ್ದಂ.
28. ಹಿಂದೆ ಅವಂ ಮನೆಗ ಹುಕ್ಕದೆಮ್ಮನೆ, ಅವಂನ ಸಿಸಿ
ಯರು ಎಂಗ ಅದುನ ಏಕ ಕಡಸಾರದೆ ಹೋದೆಯೊ ಎಂದು ತನಿ
ಯಾಗಿ ಕ್ಟೇತರು.
29. ಅವಂ ಅವಕಗ ಇತ್ತವ [ಪಿಸಾಚಿಗ್ಟೊ] ಹರಕೇಂದ
ವೂ, ಉಪಾಸಾಂದವೂ ಅಲ್ಲದೆ, ಬೇರೆ ಏಯದುನೆಂದವೂ ಕಡೆದು
ಹೋಗೊ ಎಂದು ಹ್ಟೇಗಿದಂ.
30. ಆ ಮೇಲೆ ಅವಕ ಅಲ್ಲೀಂದ ಕಡೆದು, ಗಲಿಲಾಯ
ದಾರಿಯಾಗಿ ಹೋದರು. ಅದುನ ದಾರೂ ಅಱಿಯು ಬಾರ
ದೂಂದು ಅವಂಗ ಮನಸ್ಹಟ್ಟ.
31. ಏಕಾಂದಲೆ, ಅವಂ ಅವಕಗ, ಮನಿಚನ ಮಾತಿನ,
ಮನಿಚರ ಕೈಗ ಒಪ್ಪಿಸಿಯಾೞಿ; ಅವಕ ಅವಂನ ಕೊದ್ಹಾಕಿಯಾೞಿ;
ಅವಂನ ಕೊದ್ಹಾಕಿದ ಮೂರನೇ ಜಿನದೊ, ತಿರಿಗಿ ಜೀವಾಂದ
ಎ್ಟದ್ದು ಬನ್ನನಂ, ಎಂದು ತನ್ನ ಸಿಸಿಯರುಗ ಬೋದಿಸಿ ಹ್ಟೇಗಿದಂ.
32. ಆಲೆ ಅವಕ ಆ ಮಾತ ಅಱಿಯದೆ ಹೋದರು; ಅವಂ
ನ ಕ್ಟೇಪದುಗೂ, ಅಂಜಿಯುಂಡರು.
33. ಹಿಂದೆ ಅವಕ ಕಪೆರ್ನಾಮುಗ ಬಂದರು. ಅವಂ
ಮನೆಯೊ ಇಬ್ಬನೆಗ, ನಿಂಗ ದಾರಿಯೊ ತರ್ಕ ಮಾಡಿದ್ದು ಏನಾಂ
ದು ಅವಕರ ಕ್ಟೇತಂ.

34. ಅದುಗ ಅವಕ ಸಪೇನಿದ್ದರು. ಏಕಾಂದಲೆ ಅವಕ ತಂಗ್ಳೊೀಗೆ ದೊಡ್ಡವ ದಾರಾಂದು ದಾರಿಯೊ ಒಬ್ಬಗೊಬ್ಬಗ ತರ್ಕ ಮಾಡಿದ್ದರು.

35. ಆಗ ಅವ೦ ಕುಳಿದೂಂಡು ಹನ್ನೆರಡ್ಟಾವವೂ ಕೊರಸಿ, ನಿಂಗ್ಟೊೀಗೆ ಮೊದಲನೆಯುವನಾಗ ಬೇಕೂಂದಿಬ್ಬವ೦ ಎಲ್ಲಾಗೂ ಕಡೆಯವ೦ಸೂ, ಎಲ್ಲಾಗೂ ಊಳಿಯಕಾರನೂ ಆಗಿರಲಿ! ಎಂದು ಅವಕಗ ಹ್ಟೇಗಿದ೦.

36. ಒಂದು ಕೂಸ ಎತ್ತಿ, ಅವಕರ ನಡುವೆ ನಿಲ್ಲಿಸಿ, ಅದುನ ಕೈಯೊ ತ್ಟಬ್ಬಿಯುಂಡು,

37. ಇತ್ತವ ಕುನ್ನ ಕುನ್ನವೆಯೊ ಒಂದನ, ಎನ್ನೆಸರುನೊ ಅಂಗೀಕಾರ ಮಾಡುವವ ಏಯುವ೦ನೋ, ಅವ೦ ಎನ್ನ ಅಂಗೀ ಕಾರ ಮಾಡಿನ೦; ಎನ್ನ ಅಂಗೀಕಾರ ಮಾಡುವವ ಏಯವನೋ, ಅವ೦ ಎನ್ನ ಅಲ್ಲ, ಎನ್ನ ಕ್ಟೇಗಿದವ೦ನ ಅಂಗೀಕಾರ ಮಾಡಿನ೦ ಎಂದು ಅವಕಗ ಹ್ಟೇಗಿದ೦.

38. ಆಗ ಯೋಹಾನ ಗುರುವೇ ಒಬ್ಬ೦ ನಿನ್ಹೆಸರುನೊ ದೆವ್ವಗ್ಟುವ ಕಡಸುವದುನ ಕಂಡೆಯೊ೦; ಆಲೆ ಅವ೦ ನಂಗ್ಹಿಂದಾಡು ಬಾರದದುನೆಂದ ಅವ೦ನ ತಡೆತೆಯೊ೦ ಎನ್ನ೦.

39. ಅದುಗ ಯೇಸು ಅವ೦ನ ತಡೆಯ ಬೇಡಿವಿ; ಎನ್ಹೆಸ ರುನೊ ಬಲವಾದ ಗೆಲಸ ಮಾಡಿ, ಎನ್ನ ಕುಱಿತು ಬೇಗನ ಹೊ ಲ್ಲಪೆ ನುಡಿವ೦ವ ಒಬ್ಬನೂ ಇಲ್ಲೆ.

40. ನಂಗಗ ಬಿರೋದ ಆಗಿರದವ೦ ನಂಗ ಪಚ್ಚದೊ ಇದ್ದ ನೆ೦.

41. ನಿಂಗ ಕ್ರಿಸ್ತನವಕಾಗಿಬ್ಬದುನೆಂದ ಎನ್ಹೆಸರುನೊ ನಿಂ ಗಗ ಒಂದು ಚೆಂಬು ನೀರು ಕುಡಿಪ್ಪದುಗ ತಪ್ಪವ೦, ಎತ್ತತೆಯೂ ತನ್ನ ಪಲವ ಎಳಂದ್ಹೋಗಾಂದು ನಿಜಾಗಿ ನಿಂಗಗ ಹ್ಟೇಗಿನೆ.

42. ಇದಲ್ಲದೆ ಎನ್ನ ನಂಬುವವಕಾದ ಈ ಕುನ್ನವೆಯೊ

ಒಬ್ಬಂನ ಅಡ್ಡಿ ಮಾಡುವಂವ ಏಯುವಂನೋ, ಅವಂನ ಗ್ಟತ್ತುಗ ಬೀಸುವ ಕಲ್ಲ ಕಟ್ಟಿ, ಅವನ ಸೌಂದುರಗ ಇಟ್ಟುಬುಟ್ಟಲೆ, ಅದು ಅವಂಗ ಒಳ್ಳಿತಾಗಿ ಹಟ್ಟರ.

43. ನಿನ್ನ ಕೈ ನಿನ್ನ ಪಾಪಗ ಬ್ಟೊಕುವದಾಗಿ ಹಟ್ಟಲೆ, ಅದುನ ಕತ್ತರಿಸಿ ಇಟ್ಟು ಬುಡು!

44. ನೀ ಎರಡು ಕೈಯುಳ್ಳವಂನಾಗಿ ನರಕಗೂ, ಕೆಡದ ಕಿಚ್ಚುಗೂ ಹೋಪದುನೆಂದವೂ, ಊನನಾಗಿ ಜೀವಗ ಸೇಬದು, ನಿನಗ ಉತ್ತಮು.

45. ನಿನ್ನ ಕಾಲು ನಿನ್ನ ಪಾಪಗ ಬ್ಟೊಕುವದಾಗಿ ಹಟ್ಟಲೆ, ಅದುನ ಬೆಟ್ಟಿ ಇಟ್ಟು ಬುಡು!

46. ನೀ ಎರಡು ಕಾಲು ಉಳ್ಳವಂನಾಗಿ ನರಕಗ ತಳ್ಳಿಸಿಯುಂಬದುನೆಂದವೂ, ಕುಟ್ಟನಾಗಿ ಜೀವಗ ಸೇಬದು ನಿನಗ ಉತ್ತಮು.

47. ನಿನ್ನ ಕಣ್ಣು ನಿನ್ನ ಪಾಪಗ ಬ್ಟೊಕುವದಾಗಿ ಹಟ್ಟಲೆ, ಅದುನ ಕ್ಟಿತ್ತು ಇಟ್ಟು ಬುಡು! ನೀ ಎರಡು ಕಣ್ಣುಳ್ಳವಂನಾಗಿ ನರಕಗ ತಳ್ಳಿಸಿಯುಂಬದುನೆಂದವೂ, ಒಂದೇ ಕಣ್ಣುಳ್ಳವಂನಾಗಿ ದೇವರ ರಾಜ್ಯಗ ಸೇಬದು ನಿನಗ ಉತ್ತಮು.

48. ಅಲ್ಲಿ ಅವಕರ ಹ್ಟೂ ಸಾವದೂ ಇಲ್ಲೆ, ಕಿಚ್ಚು ಕೆಡುವದೂ ಇಲ್ಲೆ.

49. ಒಬ್ಬೊಬ್ಬಂನೂ ಕಿಚ್ಚೂಂದ ಉಪ್ಠಾಕಿಸಿಯುಳ್ಳ ಬೇಕು; ಒಂದೊಂದು ಬಲಿಯೂ ಉಪ್ಪೂಂದ ಉಪ್ಠಾಕಿಸಿಯುಳ್ಳ ಬೇಕು.

50. ಉಪ್ಪು ಒಳ್ಳಿತು ತಾಂ ಆಲೆ ಉಪ್ಪು ಸಪ್ಪೆಯಾಲೆ, ಏಯದುನೆಂದ ಅದು ರುಚಿ ಆಪಹೆಂಗೆ ಮಾಡಿಯಾಡಿರಿ; ನಿಂಗ್ಟೋಗೆ ಉಪ್ಪುಳ್ಳವಕಾಗಿರಿವಿ; ಒಬ್ಬಂನ ಕೋಡ ಒಬ್ಬಂ ಸಮಾದಾನವಾಗಿರಿವಿ, ಎನ್ನಂ.

10. ಸಂಧಿ.

1. ಅವಂ ಅಲ್ಲೀಂದ ಪ್ಟದ್ದು, ಯೋರ್ದಾನುಗಾಚೆ ಹಡುವ ಯೂದಾಯದ ಎಲ್ಲೆಗ್ಪೋೀಗೆ ಬನ್ನಂ. ಜನ ತಿರಿಗಿ ಆವಂನ ಸಾರೆ ಕೂಡಿ ಬಂದರು. ಆಗ ಅವಂ ತನ್ನ ಪ್ಪಾಟಕದ ಪ್ರಕಾರ ಅವಕಗ ತಿರಿಗಿ ಬೋೀದಿಸಿದಂ.

2. ಆಗ ಪರಿಸಾಯರು ಅವಂನ ಸಾರೆ ಬಂದು, ಅವಂನ ಸೋೀದಿಸಿ, ಒಬ್ಬಂ ತನ್ನ ಹೆಂಡ್ರ ಬುಟ್ಟುಬುಡುವದು ನಾಯವಾ? ಎಂದು ಅವಂನ ಕ್ಟೇತರು.

3. ಅದುಗ ಅವಂ ಅವಕಗ ಮರುಉತ್ತರಾಗಿ, ಮೋೀಸೆ ನಿಂಗಗ ಉತ್ತರ ಮಾಡಿಬ್ಬದೇನಾ? ಎಂದು ಕ್ಟೇತಂ.

4. ಅವಕ ಬುಡಗಡೆಚೀಟು ಬರೆದು ಕೊಟ್ಟು, ಅವ್ಟುವ ಬುಟ್ಟುಬುಡಾಕು ಎಂದು ಮೋೀಸೆ ಉತ್ತರಕೊಟ್ಟಿದ್ದನೆ ಎಂದರು.

5. ಆಗ ಯೇೀಸು ಅವಕಗ ನಿಂಗ ಇರುದಯು ಕಟಿಣಗಾಗಿ, ಈ ಕಟ್ಟಳೆಯ ನಿಂಗಗ ಬರೆದು ತಂದಿದ್ದನೆ.

6. ಆಲೆ ಸಿರುಸ್ಟಿಯು ತೊವಕ್ಕಾಂದ, ದೇವರು ಗಂಡೂ ಹೆಣ್ಣೂ ಆಗಿ ಅವಕರ ಉಟ್ಟುಮಾಡಿದ್ದಂನೆ.

7. ಆದುದನೆಂದ ಮನಿಚಂ, ತನ್ನ ಅಪ್ಪನವೂ, ಅವ್ವೆಯವೂ, ಬುಟ್ಟೊಟು, ತನ್ನ ಹೆಂಡರುಗ ಸೇದೂಣನಂ.

8. ಅವಕೆರಡ್ಟಾವೂ, ಒಂದೇ ಸರುವಲಾಗಿದ್ದಾಂ; ಇತ್ತೆ ಅವಕ ಇನ್ನು ಎರಡ್ಟಾ ಅಲ್ಲ, ಒಂದೇ ಸರುವಲಾಗಿದ್ದಾಂ.

9. ಆದದುನೆಂದ ದೇವರು ಕೂಡಿಸಿದ್ದುನ, ಮನಿಚಂ ಪಿರಿ ಯುದೆ ಇರಲಿ ಎಂದು ಹ್ಟೇಗಿದಂ.

10. ಅವಂನ ಸಿಸಿಯರು ಮನೆಯೊ [ಇಬ್ಬನೆ] ಅದುನ ಕು ಱಿತು ತಿರಿಗಿ ಅವಂನ ಕ್ಟೇತರು.

11. ಆಗ ಅವಂ ಅವಕಗ, ಏಯವಂನಾಲೆಯೂ ತನ್ಹೆಂಡ್ರ
ತಳ್ಳಿಯುಟ್ಟು, ಬೇರೊಬ್ಬ್ಟವ ಮದುವೆ ಮಾಡಿಲೆ, ಅವಂ ಅವ್ಟಗ
ಬಿರೋದವಾಗಿ ಚ್ಟೂಯೆತನ ಮಾಡುವವಂ ಆಗಿದ್ದನಂ;

12. ಹೆಂಡ್ರು ತಾನೇ ತನ್ನ ಗಂಡನ ತಳ್ಳಿಯುಟ್ಟು, ಇನ್ನೊ
ಬ್ಬಂನ ಮದುವೆ ಮಾಡಿಯುಂಡಲೆ, ಚ್ಟೂಯೆತನ ಮಾಡುವವ್ಟ
ಆಗಿದ್ದವ್ಟ ಎಂದು ಹ್ಟೇಗಿದಂ.

13. ಆಗ ಅವಂ ಕುನ್ನಕುನ್ನವೆಯ ಮುಟ್ಟುವ ಹೆಂಗೆ, ಅ
ವಂನ ಸಾರೆ ಹೊತ್ತು ಬಂದರು. ಸಿಸಿಯರು ಹೊತ್ತು ಬಂದವಕರ
ಗದರಿಸಿದರು.

14. ಯೇಸು ಅದುನ ಕಂಡು ಕೋಪ ಆಗಿ, ಅವಕಗ ಕು
ನ್ನವೆಯ ಎನ್ನ ಸಾರೆ ಬಪ್ಪದುಗ ಬುಡಿವಿ, ಅವೆಯ ಅಡ್ಡಿ ಮಾಡ
ಬೇಡಿವಿ; ಏಕಾಂದಲೆ, ದೇವರ ರಾಜ್ಯ ಅತ್ತವಕರದಾಗಿ ಹಡದೆ
ಎಂದು ಹ್ಟೇಗಿದಂ.

15. ಇದಲ್ಲದೆ, ಕುನ್ನ ಕೂಸು ಮಾಕೆ ದೇವರ ರಾಜ್ಯವ
ಹೊಂದದವಂ ಏಯವನೋ ಅವಂ, ಅದುಗ್ಳೋಗೆ ಸೇಬದೇ ಇಲ್ಲೆ
ಎಂದು ನಿಜಾಗಿ ನಿಂಗಗ ಹ್ಟೇಗಿನೆ ಎನ್ನಂ.

16. ಹಿಂದೆ ಅವೆಯ ತತ್ತಿಯುಂಡು, ಅವೆಯ ಮೇಲೆ ತನ್ನ
ಕೈಗ್ಟುವ ಬೀತು, ಅವೆಯ ಹರಸಿದಂ.

17. ಆ ಮೇಲೆ ಅವಂ ಕಡೆದು, ದಾರಿಯೊ ಹೋಗಿಯುಂ
ಡಿಬ್ಬಸೆ, ಒಬ್ಬಂ ಅವಂನ ಸಾರೆ ಓಡಿ ಬಂದು, ಅವಂನ ಮುಂದಾ
ಡು ಮೊಣಕಾಲೂರಿ, ಒಳ್ಳೆಯ ಗುರುವೇ ತಿರದ ಜೀವವ ನಾಂ
ಬಾದ್ಯವಾಗಿ ಹೊಂದುವ ಹೆಂಗೆ, ನಾಂ ಏನ ಮಾಡ ಬೇಕೂಂದು
ಅವಂನ ಕ್ಟೇತಂ.

18. ಅದುಗ ಯೇಸು ನೀ ಎನ್ನ ಒಳ್ಳೆಯವಂ ಎಂದು ಹ್ಟೇಗು
ವದೇನ? ದೇವರೊಬ್ಬನೆ ಅಲ್ಲದೆ, ಒಳ್ಳೆಯವಂ ದಾರೂ ಇಲ್ಲೆಯೇ.

19. ಚ್ಟೂಯೆತನ ಮಾಡ ಬೇಡ, ಕೊಲ್ಲ ಬೇಡ, ಕ್ಟಲ್ಲ ಬೇಡ,
ಸುಳ್ಳು ಸಾಕಿಚಿ ಹ್ಟೇಗ ಬೇಡ, ಮೋಸ ಮಾಡ ಬೇಡ, ನಿನ್ನಪ್ಪನ

ವ್ರೂ ನಿನ್ನವ್ವೆಯುವ್ರೂ ಮೇಲ್ಮೆ ಮಾಡು, ಎಂಬ ಕಟ್ಟಳೆಗ್ಟುವ, ನೀ
ಅಜ಼ಿದೆ ಎನ್ನಁ.

20. ಆಗ ಅವಁ ಗುರುವೇ, ಎವೆ ಎಲ್ಲಾವ ಎನ್ನ ಕುನ್ನ ಪೆರೆ
ಯಾಂದವೇ ನಾಁ ಕೈಕೊಂಡಿದ್ದೆಁ ಎನ್ನಁ.

21. ಆಗ ಯೇಸು ಅವಁನ ನೋಡಿ, ಅವಁನ ಗವಮಾಡಿ,
ನಿನಗ ಒಂದು ಕೊರತೆ ಹಡದೆ; ನೀ ಹೋಗಿ ನಿನಗ ಹಡುವದುನೆ
ಲ್ಲಾವ ಮಾಡಿ಼, ಬಡವರುಗ ಕೊಡು! ಆಗ ಪರಲೋಕದೊ ನಿನಗ
ಆಸ್ತಿ ಹಟ್ಟರ; ಆ ಮೇಲೆ ಬಂದು ಎನ್ನ ಹಿಂಬಾಲಿಸು! ಎನ್ನಁ.

22. ಆಲೆ ಅವಁಗ ಅಪ್ಪಡಿ಼ ಆಸ್ತಿ ಹಟ್ಟದುನೆಂದ, ಆ ಮಾ
ತುಗ ಚಿತ್ತೆಯು ಆಗಿ, ದುಕ್ಕಾಂದ ಹೋಗಿ ಬುಟ್ಟಁ.

23. ಆಗ ಯೇಸು ಸುತ್ತುಮುತ್ತೂ ನೋಡಿ, ತನ್ನಁ ಸಿಸಿ
ಯರ ಆಸ್ತಿಯುಳ್ಳವಕ ದೇವರ ರಾಜ್ಯಗ ಸೇಬದು ಏಸಗೋ ಕಸ್ಟ!
ಎನ್ನಁ.

24. ಆಲೆ ಸಿಸಿಯರು ಅವಁನ ಮಾತುಗ ಅದಿಸೆಯು ಪಟ್ಟರು.
ಯೇಸು ತಿರಿಗಿ ಜವಾಬು ಕೊಟ್ಟು, ಮಕ್ಕು ವೇ! ಆಸ್ತಿ ಮೇಲೆ ನಂ
ಬಿಗೆ ಜೀತವಕ ದೇವರ ರಾಜ್ಯಗ ಸೇಬದು ಏಸಗೆ ಕಸ್ಟ!

25. ಆಸ್ತಿಗಾಡಿ಼ಁ ದೇವರ ರಾಜ್ಯಗ ಸೇಬದುನೆಂದವ್ರೂ,
ಒಟ್ಟೆ ಸೂಂಜಿಯು ತ್ಟೊಯೆದಾರಿ ಕಡೆವದು ಎಳ್ಳಲು, ಎಂದು ಅವ
ಕಗ ಹ್ಟೇಗಿದಁ.

26. ಅದುಗ ಅವಕ ಇನ್ನೂ ಅಪ್ಪಡಿ಼ ಅದಿಸೆಯು ಪಟ್ಟು, ಅತ್ತೆ
ಆಲೆ ಆರ ರಟ್ಚಣೆ ಹೊಂದಾಕು? ಎಂದು ತಂಗಗ್ಟೋಗೆ ನುಡಿದೂಂ
ಡರು.

27. ಆಲೆ ಯೇಸು ಅವಕರ ನೋಡಿ, ಇದು ಮನಿಚರೆಂದ
ಆಗಾರದದುತಾಁ. ಆಲೆ ದೇವರೆಂದ ಆಗಾಡಿ಼ದದಲ್ಲ; ದೇವರೆಂದ
ಎಲ್ಲಾ ಆರ ಎನ್ನಁ.

28. ಆಗ ಪೇತ್ರ ಎದಗೇ ಎಂಗ ಎಲ್ಲಾವ ಬುಟ್ಟೂಟು, ನಿನ್ನಿಂ
ದಾಡು ಬಂದಿದ್ದೆಯೊಁತವ ಎಂದು ಹ್ಟೇಗ ತೊಡಂಗಿದಁ.

29. ಅದುಗ ಯೇಸು ಮಱುತ್ತರಾಗಿ, ಎನಗಾಗಿಯೂ ಒಳ್ಳೇ ಸುದ್ದಿಯ ವಾಕ್ಕುಗಾಗಿಯೂ ಮನೆಯ ಆಗಲಿ, ಅಣ್ಣತಮ್ಮನ ಆಗಲಿ, ಅಕ್ಕತಂಗೆಯರ ಆಗಲಿ, ಅಪ್ಪನ ಆಗಲಿ, ಅವ್ವೆಯ ಆಗಲಿ, ಹೆಣ್ಡಿರ ಆಗಲಿ, ಮಕ್ಕ್ಟುವ ಆಗಲಿ, ಹೊಲಗ್ಟುವ ಆಗಲಿ, ಬುಟ್ಟುಬುಟ್ಟ ಏಯುವಂನೂ,

30. ಈಗ ಈ ಲೋಕದೊ ಪಾಡುಗ್ಟೊ ಒಂದಿಗೆ ಕೂಡಾ, ನೂರಾಸಗ ಮನೆಗ್ಟೊವೂ, ಅಣ್ಣತಮ್ಮಂದಿಯರವೂ, ಅಕ್ಕತಂಗೆಯರವೂ, ಅವ್ವೆಂದಿಯರವೂ, ಮಕ್ಕ್ಟುವವೂ, ಹೊಲಗ್ಟುವವೂ, ಆ ಲೋಕದೊ ತಿರದ ಜೀವವೂ, ಹೊಂದದೆ ಇರಾಱಂ ಎಂದು ನಿಜಾಗಿ ನಿಂಗಗ ಹ್ಟೇಗಿನೆ.

31. ಆಲೆಯೂ ಮುಂದಾಡವಕ ಅನೇಕ್ಟಾ ಕಡೆಯವಕಾಗಿಯೂ, ಕಡೆಯವಕ ಅನೇಕ್ಟಾ ಮುಂದಾಡವಕಾಗಿಯೂ ಇಡ್ಡಾಱ, ಎನ್ನಂ.

32. ಹಿಂದೆ ಅವಕ ಯೆರುಸಲೇಮುಗ ಪಯಣಾಗಿ ಹೋಗಿಯುಂಡಿಬ್ಬನೆ, ಯೇಸು ಅವಕರ ಮುಂದಾಡು ಹೋಗಿಯುಂಡಿದ್ದಂ. ಆಗ ಅವಕ ಬೆಱಮೆ ತಟ್ಟಿ, ಅವಂನ ಹಿಂದಾಡು ಅಂಜಿಕೇಂದ ಹೋದರು. ಆಗ ಅವಂ ತಿರಿಗಿ ಹನ್ನೆರಡ್ಟಾವವೂ ಕೊರಸಿ ಕೂಟಿಯುಂಡು, ತನಗ ನೇರಿಡ ಹೋಪವೆಯ ಅವಕಗ ಹ್ಟೇಗುವದುಗ ತೊಡಂಗಿದಂ; ಏನಾಂದಲೆ: —

33. ಎದಗೇ ನಂಗ ಯೆರುಸಲೇಮುಗ ಏಱಿಹ್ಟೋನೊಂ, ಅಲ್ಲಿ ಮನಿಚಂನ ಮಾತಿನ ದೊಡ್ಡ ಪೂಜಾರಿಗ್ಟೊಗೂ, ಸಾಸ್ತ್ರಿರಿಗ್ಟೊಗೂ ಒಪ್ಪಿಸಿ ಕೊಟ್ಟಾಱ; ಅವಕ ಅವಂಗ ಮರಣದ ತೀರ್ಪು ಮಾಡಿ, ಅಜ್ಞಾನಿಗ್ಟೊಗ ಒಪ್ಪಿಸಿ ಕೊಟ್ಟಾಱ.

34. ಅವಕ ಅವಂನ ಪರಿಯಾಸ ಮಾಡಿ, ಬಾರೂಂದ ಹುಯಿದು, ಅವಂನ ಮೇಲೆ ತೂಹಾಕಿ, ಅವಂನ ಕೊದ್ದಾಱ; ಆಲೆ ಅವಂ ಮೂರನೇ ಜಿನದೊ ತಿರಿಗಿ ಜೀವಾಂದ ಏಟ್ಟದ್ದಂನ ಎನ್ನಂ.

35. ಆಗ ಜೆಬೆದಾಯುಂನ ಮಕ್ಕ್ಟ, ಯಾಕೋೕಬಂಸೂ,
ಯೋೕಹಾನಂನೂ ಅವಂನ ಸಾರೆ ಬಂದು, ಎಂಗ ಬೇಡಿಯುಂಬದುನ
ನೀ ಎಂಗಗ ಮಾಡುವದೂಂದು ಎಂಗ ಬಿರುಂಬಿನೆಯೊ ಎಂದರು.

36. ಅವಂ ಅವಕರ ನಾಂ ನಿಂಗಗ ಏನ ಮಾಡುವದೂಂದು
ಬಿರುಂಬಿಯಾಱಿ ಎನ್ನಂ.

37. ಅದುಗ ಅವಕ ನಿನ್ನ ಮಹಿಮೆಯ್ಟೋೕಗೆ, ಒಬ್ಬಂ ನಿನ್ನ
ಬಲಸರಿಯೊ, ಒಬ್ಬಂ ನಿನ್ನ ಎಡಸರಿಯೊ, ಕುಳಿಬದುಗ ಎಂಗಗ
ದಯ ಮಾಡ ಬೇಕು ಎಂದರು.

38. ಆಲೆ ಯೇೕಸು ಅವಕರ, ನಿಂಗ ಕ್ಟೇೕಪದು ಏನಾಂದು
ನಿಂಗ ಆಱಿಯಿ; ನಾಂ ಕುಡಿಪ ಬೋೕಗಣಿಯೊ ನಿಂಗ ಕುಡಿಪದು
ಗೂ, ನಾಂ ಹೊಂದುವ ಸ್ನಾನವ ನಿಂಗ ಹೊಂದುವದುಗೂ, ನಿಂ
ಗೆಂದ ಆರವಾ? ಎನ್ನಂ.

39. ಅದುಗ ಅವಕ ಎಂಗೆಂದಾರ ಎಂದರು. ಅದುಗ ಯೇೕಸು
ಅವಕರ ನಾಂ ಕುಡಿಪ ಬೋೕಗಣಿಯೊ ಕುಡಿತಾಱಿ; ನಾಂ ಹೊಂ
ದುವ ಸ್ನಾನವ ಹೊಂದಿಯಾಱಿ;

40. ಆಲೆ ಎನ್ನ ಬಲಸರಿಯ್ಟೋೕಗೆಯೂ ಎಡಸರಿಯ್ಟೋೕಗೆ
ಯೂ ಕುಳಿಬದುಗ ಆರಗಾಗಿ ತಯಾರು ಮಾಡಿ ಹಡದೆಯೊ,
ಅವಕಗಲ್ಲದೆ, ಬೇೕರನವಕಗ ಕೊಡುವದು ಎನಗಗೂಡಿದದಲ್ಲ ಎನ್ನಂ.

41. ಮಿಕ್ಕ ಹತ್ತ್ಟ, ಅದುನ ಕ್ಟೇೕತು, ಯಾಕೋೕಬಂಸ ಮೇೕಲೆ
ಯೂ, ಯೋೕಹಾನಂಸ ಮೇೕಲೆಯೂ ಚೆನ ಎ್ಟಬ್ಬದುಗ ತೊವಕಿದರು.

42. ಆಗ ಯೇೕಸು ಅವಕರ, ಸಾರೆ ಕೊರಸಿ, ಅಜ್ಞಾನಿಗೊ್ಟ
ಮೇೕಲೆ ಆ್ಟಂಬವಕ ಎನ್ನಿಸಿಯುಂಬವಕ, ಅವಕರ ಮೇೕಲೆ ದೊರೆತನ
ಮಾಡಿಯಾಱಾಂದೂ, ಅವಕರ ದೊಡ್ಡವಕ ಅವಕರ ಮೇೕಲೆ ಅದಿ
ಕಾರ ಮಾಡಿಯಾಱಾಂದೂ, ನಿಂಗ ಅರ್ದಿ.

43. ಆಲೆ ನಿಂಗ್ಟೋೕಗೆ ಅತ್ತೆ ಹಡಬಾರದು; ನಿಂಗ್ಟೋೕಗೆ ದೊ
ಡ್ಡವಂನಾಪದುಗ ಮನಸ್ಸುಳ್ಳವಂ ಏಯುವಂನೋೕ, ಅವಂ ನಿಂಗಗ
ಊಳಿಯಕಾರನಾಗ ಬೇಕು;

44. ನಿಂಗ್ಳೋೀಗೆ ಮೊದಲನೆಯುವ೦ನಾಪದುಗ ಮನಸ್ಸುಳ್ಳ ವ೦ ಏಯುವ೦ನೊ, ಅವ೦ ಎಲ್ಲಾಗ ಅಡಿಮೆಯಾಗ ಬೇಕು;

45. ಏಕಾಂದಲೆ ಮನಿಚನ ಮಾತಿನೂ ಕೂಡಾ, ಊಳಿಯ ಮಾಡಿಸುವದುಗಲ್ಲ, ಊಳಿಯ ಮಾಡುವದುಗೂ, ಅನೇಕರ ಬು ಡುಗಡೆಗಾಗಿ ತನ್ನ ಪೆರಣವ ಈಡಾಗಿ ಕೊಡುವದುಗೂ, ಬನ್ನ೦ ಎಂದು ಅವಕಗ ಹ್ಟೇಗಿದ೦.

46. ಹಿಂದೆ ಅವಕ ಎರಿಕೋವುಗ ಬಂದರು. ಅವ೦ ತನ್ನ ಸಿಸಿಯರೊಂದಿಗೆಯೂ, ದೊಡ್ಡ ಜನಕೂಟದೊಂದಿಗೆಯೂ, ಎರಿ ಕೋವೂಂದ ಕಡೆವನೆಗ, ತಿಮಾಯನ ಮಾತಿಯಾದ ಬರ್ತೆಮಾಯ ನೆಂಬ ಕುರುಡನಾದ ಪಿಚ್ಚೆಕಾರ ದಾರಿಕತ್ತುನೊ ಕುಳಿದೂಂಡಿದ್ದ೦.

47. ಎವ೦ ನಜರೇತುನವ೦ನಾದ ಯೇಸು ಬನ್ನನಾ೦ಂದು ಕೇಳ್ವಿಪಟ್ಟು, ದಾವೀದನ ಮಾತಿಯಾದ ಯೇಸುವೇ! ಎನ್ನ ಮೇಲೆ ಎಜಿಕ್ಕ ಬೀಂದು ಹ್ಟೇಗಿ, ಕೊರಸುವದುಗ ತೊಡಂಗಿದ೦.

48. ಅನೇಕ್ಟಾ ಅವ೦ನ ಸಪ್ಪನಿರೂಂದು ಗದರಿಸಿದರು; ಆಲೆ ಅವ೦ ದಾವೀದನ ಮಾತಿಸೇ! ಎನ್ನ ಮೇಲೆ ಎಜಿಕ್ಕ ಬೀಂದು ಇನ್ನೂ ಬಲು ಹೆಚ್ಚಾಗಿ ಕೊರಸಿದ೦.

49. ಆಗ ಯೇಸು ನಿದ್ದು, ಅವ೦ನ ಕೊರಸಿವಿ ಎಂದು ಹ್ಟೇ ಗ್ಳೋೀನೆ, ಅವಕ ಕುರುಡನ ಕೊರಸಿ, ಧೈರಿಯಾಗಿರು! ಪ್ಟದ್ದು! ಅವ೦ ನಿನ್ನ ಕೊರಸಿನ೦ ಎಂದು ಅವ೦ಗ ಹ್ಟೇಗಿದರು.

50. ಆಗ ಅವ೦ ಒದಗ ಹೊತ್ತಿದ್ದ ಬಟ್ಟೆಯ ಎತ್ತಿ ಇಟ್ಟೊ ಟು, ಪ್ಟದ್ದು, ಯೇಸು ಸಾರೆ ಬನ್ನ೦.

51. ಯೇಸು ಅವ೦ಗ ಮಜಿುತ್ತರಾಗಿ ನಾ೦ ನಿನಗ ಏನ ಮಾಡುವದೂಂದಿದ್ದೆ? ಎನ್ನ೦. ಆಗ ಆ ಕುರುಡ೦ ಗುರುವೇ! ಎನ್ನ ಕಣ್ಣು ತೋರುವ ಹೆಂಗೆ ಮಾಡುವದು ಎನ್ನ೦.

52. ಆಗ ಯೇಸು ಅವ೦ನ ಹೋಗು! ನಿನ್ನ ನಂಬಿಕೆ ನಿನ್ನ ಓಸೆ ಮಾಡಿತು ಎನ್ನ೦. ಒಡನೇ ತಾನೇ, ಅವ೦ ಪಾರ್ವೆ ಹೊಂದಿ, ದಾರಿಯೊ ಯೇಸುನ ಹಿಂದಾಡು ಹೋದ೦.

11. ಸಂಧಿ.

1. ಅವಕ ಯೆರುಸಲೇಮುಗ ಸಾರೆಯಾಗಿ, ಒಲೀವ ಎಂಬ ಕಂಬೆಯೊ ಹಡುವ ಬೇತುಪಗೆಗೂ, ಬೆತಾನ್ಯಗೂ ಸಾರೆಯಾಗಿ ಬಂದದೆಮ್ಮನೆ, ಅವಂ ತನ್ನ ಸಿಸಿಯರ್‍ಳೊಟೀಗೆ ಎರಡ್ಡಾವ ಕ್ಟೇಗಿ, ಅವಕಗ,
2. ನಿಂಗೆದುರುಗ ಹಡುವ ಹಟ್ಟಿಗ ಹೋಗಿವಿ; ಅಲ್ಲಿಗ ಹುಕ್ಕ ಒಡನೇ, ಏಯ ಮನಿಚಂಸೂ ಎಂದೂ ಹತ್ತದ, ಕ್ಟತ್ತೆ ಮಱಿಯ ಕಟ್ಟಿಬ್ಬದುನ ಕಂಡಾಱಿ; ಅದುನ ಬುಟ್ಟು, ಹಿಡಿತೂಂಡು ಬಾರಿವಿ;
3. ಏಯುವಂನಾಲೆಯೂ ನಿಂಗ್ಟುವ ಇತ್ತೈಏಕ ಮಾಡಿಯಾಱಿ? ಎಂದು ಕ್ಟೇತಲೆ, ಅದು ಕರ್ತಂಗ ಬೇಕಾಗಿ ಹಡದೆ ಎನ್ನಿವಿ; ಒಡನೇ, ಅವಂ ಅದುನ ಇಲ್ಲಿಗ ಕ್ಟೇಗಿ ಬುಟ್ಟನ, ಎಂದು ಹ್ಟೇಗಿದಂ.
4. ಆಗ ಅವಕ ಹೋಗಿ, ಆ ಮಱಿಯ ಬಾಗಿಲ್ಲೊಱಾಚು, ಬೀದೆಯೊ ಕಟ್ಟಿ ಹಡುವದುನ ಕಂಡು, ಅದುನ ಬುಟ್ಟರು.
5. ಅಲ್ಲಿ ನಿದ್ದಿದ್ದವಕರ್‍ಳೊಟೀಗೆ ಜೋಚಿ ಲ್ಟ, ಅವಕರ ನಿಂಗ ಮಱಿಯ ಬುಡುವದು ಏನಗ? ಎಂದರು.
6. ಆಗ ಅವಕ ಯೇಸು ಉತ್ತರ ಮಾಡಿದ ಪರಕಾರಗ, ಅವಕಗ ಹ್ಟೇಗಿದರು. ಆಗ ಅವಕ, ಅವಕರ ಹೋಪದುಗ ಬುಟ್ಟು ಬುಟ್ಟರು.
7. ಹಿಂದೆ ಅವಕ ಆ ಮಱಿಯ ಯೇಸುನ ಸಾರೆ ಹಿಡಿತು ಬಂದು, ತಂಗ ಬಟ್ಟೆಗ್ಟುವ ಅದುನ ಮೇಲೆ ಹಾಕಿದರು; ಅವಂ ಅದುನೊದಗ ಹತ್ತಿಯುಂಡು ಹೋದಂ.
8. ಅನೇಕ್ಟಾ ತಂಗ ಬಟ್ಟೆಯ ದಾರಿಗ ಹಾಸಿದರು. ಬೇರನವಕ, ಹೊಲಾಂದ ಬೆಟ್ಟದ ಮರದ ಕೊಂಜುಗ್ಟುವ ಹಾಸಿದರು.
9. ಆಗ ಮುಂದಾಡು ಹೋಪವಕರೂ ಹಿಂದಾಡು ಹೋಪವಕರೂ, ಜಯುವಾಗಲಿ! ಸೋಮಿಯ ಹೆಸರುನೊ ಬಪ್ಪವಗ ತೋತ್ರವಾಗಲಿ!

10. ಸೋಮಿಯ ಹೆಸರುನೊ ಬಪ್ಪ, ನಂಗ ಅಪ್ಪನಾಗಿಬ್ಬ
ದಾವೀದನ ರಾಜ್ಯಗ ಹರಸಣೆಯಾಗಲಿ! ಎಲ್ಲಾಗೂ ಮೇಲಾದ
ಎಡೆಯೊ ಜಯವಾಗಲಿ! ಎಂದ್ಹೇಗಿ ಆತರು.

11. ಹಿಂದೆ ಯೇಸು ಯೆರುಸಲೇಮುಗ ಬಂದು, ದೇವರ
ಗುಡಿಗ ಹುಕ್ಕು, ಸುತ್ತುಮುತ್ತೊ ಎಲ್ಲಾವ ನೋಡಿದ ಮೇಲೆ, ಆಗ
ಸಂದ್ಹೊತ್ತಾದದುನೆಂದ, ಹನ್ನೆರಡ್ಹಾಟ ಒಂದಿಗೆ, ಬೆತಾನ್ಯಗ ಹೋದ೦.

12. ಮಱುಜಿನ ಅವಕ ಬೆತಾನ್ಯಾಂದ ಕಡೆದು ಬಪ್ಪನೆ,
ಅವ೦ಗ ಹಸಿತ;

13. ಆಗ ಎಲೆಗ್ಹೊಟ ಉಳ್ಳ ಅತ್ತಿಮರವ ದೂರದೊ ಕಂಡು,
ಅದುನೊ ತನಗ ಏನಾಲೆಯೂ ಸಿಕ್ಕಿರವಾ? ಎಂದು ನೋಡುವ
ದುಗ ಬನ್ನ೦; ಅವ೦ ಅದುನ ಸಾರೆ ಬಂದದೆಮ್ಮನೆ ಎಲೆಗ್ಟುವ ಅಲ್ಲ
ದೆ, ಬೇರೆ ಏನೂ ಕ್ಹಾಂಬಿಲ್ಲೆ; ಏಕಾಂದಲೆ ಅತ್ತಿ ಹಣ್ಣಾಪ ಕಾಲ
ಆಗಿ ಹಡುಲ್ಲೆ.

14. ಆಗ ಯೇಸು, ದಾರೂ ಈಗಾಂದ ಎಂದೆಂದುಗೂ, ನಿ
ನ್ನೆಂದ ಹಣ್ಣು ತಿನ್ನದೆ ಹೋಗಲಿ! ಎಂದು ಆ ಮೊರಗ ಹ್ಹೇಗಿದ೦;
ಅದುನ ಅವ೦ನ ಸಿಸಿಯರು ಕ್ಹೇತರು.

15. ಆ ಮೇಲೆ ಅವಕ ಯೆರುಸಲೇಮುಗ ಬಂದರು. ಯೇಸು
ದೇವರ ಗುಡಿಗ ಹುಕ್ಕು, ದೇವರ ಗುಡಿಯೊ ಮಾಱುವವಕರವೂ,
ಕ್ಹೊಂಬವಕರವೂ, ಹೊರಾಚು ಕಡೆಸುವದುಗ ತೊವಕಿ, ಚಿಲ್ಲರೆ
ಗಾರರ ಮೇಜುಗ್ಹೊವೂ, ಚೋಱಿ ಮಾಱುವವಕರ ಮಣೆಗ್ಟುವ
ವೂ, ಕ್ಹೌಚಿಕ್ಕಿ ಬುಟ್ಟ೦.

16. ಬೈಯ ದೇವರ ಗುಡಿ ದಾರಿ ಒಬ್ಬನಾಲೆಯೊ, ಒಂದು
ಸಾಮಾನವಾಲೆಯೂ, ಹೊತ್ಹೋಪದುಗ ಬುಡುಲ್ಲೆ.

17. "ಎನ್ನ ಮನೆ, ಎಲ್ಲಾ ಜನಗೂ ಹರಕೆ ಮನೆ ಎಂದು, ಕೊ
ರಸಿಸಿಯುಂಡರ" ಎಂದು ಬರೆದ್ಹಡುಲ್ಲೆಯಾ? ಆಲೆ ನಿಂಗ ಅದುನ,
ಕಳ್ಳರ ಗವಿ ಮಾಡಿ ಬುಟ್ಟೆ ಎಂದು ಅವಕಗ ಬೋದಿಸಿ ಹ್ಹೇಗಿದ೦.

18. ದೊಡ್ಡ ಪೂಜಾರಿಗ್ಳೊವೂ, ಸಾಸ್ತ್ರಿರಿಗ್ಳೊವೂ ಅದುನ
ಕ್ಟೇತು, ಅವಂನ ಎತ್ತತೆ ಸೌಂಹಾರ ಮಾಡುವದೂಂದು, ಬಗೆ ತೇ
ಡಿದರು. ಏಕಾಂದಲೆ ಜನ ಎಲ್ಲಾ, ಅವಂನ ಬೋದನೆಯು ಕುಱಿ
ತು, ಆದಿಸೆಯು ಪಟ್ಟದುನೆಂದ, ಅವಕ ಅವಂಗ ಅಂಜಿದರು.

19. ಒಂದೊಂದು ಸಂದ್ಗೊತ್ತುನ್ಟೋಗೆಯೂ, ಅವಂ ಪಟ್ಟ
ಣಾಂದ ಕಡೆದು ಹೊರಾಚು ಹೋದಂ.

20. ಮಱು ಒರಕ್ಟೆದ್ದು, ಅವಕ ಹೋಪನೆಗ, ಆ ಅತ್ತಿಮರ
ಬೇರೊಂದಿಗೆ ಒಣಗಿ ಹಡುವದುನ ಕಂಡರು.

21. ಆಗ ಪೇತ್ರಂ ಗೇಪ ಮಾಡಿಯುುಂಡು, ಅವಂನ ಗುರು
ವೇ! ಎದಗೇ! ನೀ ಸಾಪ ಹಾಕಿದ ಅತ್ತಿಮರ ಒಣಗಿ ಹೋತು
ಎನ್ನಂ.

22. ಯೇಸು ಮಱುತ್ತರಾಗಿ ಅವಕಗ ನಿಂಗ ದೇವರ್ಟೋಗೆ
ನಂಬಿಕೆ ಬೀವಿ!

23. ಏಯುವಂನಾಲೆಯೂ, ಈ ಬೆಟ್ಟುಗ ನೀ ಎದ್ದು, ಸೌಂದು
ರಗ ಬ್ಗೊ! ಎಂದು ಹ್ಟೇಗಿ, ತಾಂ ಹ್ಟೇಗಿದ ಹೆಂಗೆ ಆರಾಂದು ತನ್ನ
ಇರುದಯುದೊ ಸಮುಸಯು ಪಡದೆ ನಂಬಿಲೆ, ಅವಂ ಹ್ಟೇಗಿದ್ದೆಂಗೆ
ಯೇ ಆರಾಂದು, ನಿಜವಾಗಿ ನಿಂಗಗ ಹ್ಟೇಗಿನೆ.

24. ಆದದುನೆಂದ ನಿಂಗ ಹರಕೆ ಮಾಡಿ ಕ್ಟೇತೂಂಬವೆ ಎಲ್ಲಾ
ವ ಹೊಂದಿನೆಯೋಲಂದು ನಿಂಗ ನಂಬಿವಿ; ಆಗ ಅವೆ ನಿಂಗಗ ಕಿಟ್ಟಿ
ರಾಂದು ನಾಂ ನಿಂಗಗ ಹ್ಟೇಗಿನೆ.

25. ನಿಂಗ ಹರಕೆ ಮಾಡುವವಕರಾಗಿ ನಿಬ್ಬನೆಗೆಲ್ಲಾ, ಮೇ
ಲ್ಲೋಕದೊ ಇಬ್ಬ ನಿಂಗಪ್ಪನೂ, ನಿಂಗ ತಪ್ಪ, ನಿಂಗಗ ಮನ್ನಿಸುವ
ಹೆಂಗೆ, ನಿಂಗಗ ಏಯುವಂನ ಮೇಲೆ ಆಲೆಯೂ, ಏನಾಲೆಯೂ
ಹಟ್ಟಲೆ, ಮನ್ನಿಸಿವಿ!

26. ನಿಂಗ ಮನ್ನಿಸದೆ ಹೋಲೆ, ಮೇಲ್ಲೋಕದೊ ಇಬ್ಬ
ನಿಂಗಪ್ಪನೂ, ನಿಂಗ ತಪ್ಪ ಮನ್ನಿಸಂ ಎನ್ನಂ.

27. ಅವಕ ತಿರಿಗಿ ಯೆರುಸಲೇಮುಗ ಬಂದರು. ಅವ೦ ದೇವರ ಗುಡಿಯೊ ಓಲಾತಿಯುಂಡಿಬ್ಬನೆ, ದೊಡ್ಡ ಪೂಜಾರಿಗ್ಳೊವೂ, ಸಾಸ್ತ್ರಿರಿಗ್ಳೊವೂ, ಮೊಕ್ಯಸ್ತರೂ, ಅವ೦ನ ಸಾರೆ ಬಂದು,

28. ನೀ ಏಯ ಅದಿಕಾರಾಂದ ಎವೆಯ ಮಾಡಿರೆ? ಇಲ್ಲದ್ಹೊಲೆ ನೀ ಎವೆಯ ಮಾಡುವದುಗ ನಿಸಗ ಅದಿಕಾರ ತಂದದಾರ? ಎಂದು ಕ್ಟೇತರು.

29. ಆಗ ಯೇಸು ಮರುತ್ತರಾಗಿ, ನಾ೦ ನಿಂಗ ಸಾರೆ ಒಂದು ಕೇಳ್ವಿ ಕ್ಟೇತನೆ, ನಿಂಗ ಎನಗ ಜವಾಬು ಕೊಡಿವಿ; ಆಗ ನಾನೂ, ಏಯ ಅದಿಕಾರಾಂದ ಎವೆಯ ಮಾಡಿನೇಂದು ನಿಂಗಗ ಹ್ಟೇಗಿಸೆ.

30. ಯೋಹಾನನ೦ ದೀಕ್ಸಾಸ್ನಾನ ಮೇಲ್ಲೋಕಾಂದ ಉಟ್ಟಾತೋ? ಮನಿಚರೆಂದ ಉಟ್ಟಾತೋ? ಎನಗ ಜವಾಬು ಹ್ಟೇಗಿವಿ ಎನ್ನ೦.

31. ಆಗ ಅವಕ ಮೇಲ್ಲೋಕಾಂದ ಉಟ್ಟಾತೂಂದು ಹ್ಟೇಗಿಲೆ, ಅತ್ತೆಯಾಲೆ ನಿಂಗ ಏಕ? ಅವ೦ನ ನಂಬುಲ್ಲೆ ಎಂದು ಕ್ಟೇತನ೦,

32. ಮನಿಚರೆಂದ ಉಟ್ಟಾತೂಂದು ಹ್ಟೇಗಿಲೆ, ಜನಗ ಅಂಜಬೇಕಾಗಿ ಹಡದೆ. ಏಕಾಂದಲೆ ಜನ ಎಲ್ಲಾ ಯೋಹಾನನ೦ ಪ್ರವಾದಿ ಎಂದು ಎಣ್ಣಿಸಿಯಾರಿವೇ ಎಂದು, ತಂಗಗ್ಳೊೀಗೆ ಆಲೋಚನೆ ಮಾಡಿ,

33. ಅವಕ ಮರುತ್ತರಾಗಿ ಯೇಸುಗ ಎಂಗ ಅರೀಯೊ೦ ಎಂದು ಹ್ಟೇಗಿದರು. ಆಗ ಯೇಸು ಅವಕಗ ನಾನೂ ಏಯ ಅದಿಕಾರಾಂದ ಎವೆಯ ಮಾಡಿನೇಂದು ನಿಂಗಗ ಹ್ಟೇಗುವದಿಲ್ಲೆ, ಎನ್ನ೦.

12. ಸಂದಿ.

1. ಹಿಂದೆ ಅವ೦ ಒರಟಾಗಿ ಅವಕಗ ಹ್ಟೇಗುವದುಗ ತೊಡಂಗಿದ್ದೇನಾಂದಲೆ—ಒಬ್ಬ೦ ಮನಿಚ ಒಂದು ಕುಡಿಮುಂದಿರಿ ತೋಟ ಮಾಡಿ, ಅದುನ ಸುತ್ತೂ ಬೇಲಿ ಕಟ್ಟಿ, ರಸಗಾಣಗ ತೊಟ್ಟಿ ಅಗ್ಟೆದು,

ಗೋಪುರ ಕಟ್ಟಿ, ಒಕ್ಕಲಿಗರುಗ ಓರಪಾಲಗ ಕೊಟ್ಟು, ಬೇರೆ ದೇಸಗ ಹೋದಮ.

2. ಆ ಮೇಲೆ ಒಕ್ಕಲಿಗರೆಂದ ಕುಡಿಮುಂದಿರಿ ತೋಟದ ಪಲದೊ ಪಂಗೀಸಿಯುಂಡು ಬಪ್ಪಹೆಂಗೆ, ಪಲಕಾಲದೊ ಅವಕರ ಸಾರೆ ಒಬ್ಬಮ ಕೆಲಸಗಾರನ ಕ್ಟೇಗಿದಮ.

3. ಆಲೆ ಅವಕ ಅವಮನ ಹಿಡಿತು, ಅವಮನ ಹುಯಿದು, ಬುಱು ಕೈಯಾಗಿ ಕ್ಟೇಗಿ ಬುಟ್ಟರು.

4. ಹಿಂದೆ ಅವಮ ಅವಕರ ಸಾರೆ, ಬೇರೆ ಕೆಲಸಗಾರನಮ ಕ್ಟೇಗಿದಮ. ಅವಕ ಅವಮಗ ಕಲ್ಲಿಟ್ಟು, ಮಂಡೆಯೊ ಗಾಯ ಮಾಡಿ, ಅವಮನ ಅವಮಾನಪಡಿಸಿ ಬುಟ್ಟರು.

5. ತಿರಿಗಿ ಇನ್ನೊಬ್ಬಮನ ಕ್ಟೇಗಿದಮ; ಅವಮನ ಅವಕ ಕೊಡ್ಹಾಕಿದರು. ಬೇರೆ ಅನೇಕರವೂ ಕ್ಟೇಗಿದಮ; ಅವಕರ್ಟೋಗೆ ಜೋಚಿಟ್ಟವ ಹುಯಿದರು; ಜೋಜಿ ಟ್ಟವ ಕೊದ್ದರು.

6. ಇನ್ನೂ ಅವಮಗ ಪಿರಿಯವುಳ್ಳ ಒಬ್ಬಮನೇ ಮಾತಿ ಇದ್ದಮ. ಎನ್ನ ಮಾತಿನ ಸಡ್ಡೆಮಾಡಿಯಾಱೊಂದು ಹ್ಟೇಗಿ, ಕಡೆಸಿಯೊ ಅವಮನ ಅವಕರ ಸಾರೆ ಕ್ಟೇಗಿದಮ.

7. ಆಲೆ ಆ ಒಕ್ಕಲಿಗರು, ಎವಮ ತಾಮ ಬಾದೆಯಕಾರಮ, ಎವಮನ ಕೊದ್ದು ಬುಡುವೊಮ ಬಾರಿವಿ! ಆಗ ಬಾದೆಯ ಅಂಗದಾರ, ಎಂದು ತಂಗಗ್ಟೋಗೆ ಹ್ಟೇಗಿಯುಂಡು,

8. ಅವಮನ ಹಿಡಿತು, ಕೊದ್ದು, ಕುಡಿಮುಂದಿರಿ ತೋಟಾಂದ ಹೊರಾಚು ಇಟ್ಟು ಬುಟ್ಟರು.

9. ಅತ್ತೆಯಾಲೆ ಕುಡಿಮುಂದಿರಿ ತೋಟದ ಎಜಮಾನ ಏನ ಮಾಡಿನಾ? ಅವಮ ಬಂದು, ಆ ಒಕ್ಕಲಿಗರ ಸೌಮಹಾರ ಮಾಡಿ, ಕುಡಿಮುಂದಿರಿ ತೋಟವ ಬೇರನವಕಗ ಕೊಟ್ಟನ.

10. ಬೈಯ್ಯ "ಮನೆ ಕಟ್ಟುವವಕ ತಳ್ಳಿದ ಕಲ್ಲೇ ಮೂಲೆಗ ತಲೆಕಲ್ಲಾತು;

11. ಅದು ಕರ್ತನೆಂದ ಆದ ಕಾರಿಯು, ನಂಗ ಕಣ್ಣುಗ ಅದು
ಅದಿಸೆಯವಾಗಿ ಹಡದೆ", ಎಂಬ ಈ ಸತ್ಯವೇದದ ಮಾತ ಕೂಡಾ
ನಿಂಗ ಓದುಲ್ಲೆಯಾ? ಎನ್ನಂ.

12. ಆಗ ಅವಕ, ತಂಗ್ಟುವ ಕುಱಿತು, ಈ ಒರಟ ಹ್ಟೀಗಿ
ದಾಂಂದು ಅಱಿದು, ಅವಂನ ಹಿಡಿಪದುಗ ತೇಡಿದರು. ಆಲೆ ಪಜೆಗ
ಅಂಜಿಯುಂಡು, ಅವಂನ ಬುಟ್ಟು, ಹೋಗಿ ಬುಟ್ಟರು.

13. ಹಿಂದೆ ಅವಕ, ಅವಂನ ಮಾತುನೊ ಸಿಕ್ಕಿಸುವ ಹೆಂಗೆ,
ಪರಿಸಾಯರೊಟ್ಟೀಗೆಯೂ, ಹೆರೋದ್ಯರೊಟ್ಟೀಗೆಯೂ ಜೋಚಿ ಳ್ಟವ,
ಅವಂನ ಸಾರೆ ಕ್ಟೀಗಿದರು.

14. ಎವಕ ಬಂದು, ಗುರುವೇ! ನೀ ಸತ್ಯವತ್ತಂ; ದಾರಗೂ
ಅಂಜುವವಂನಲ್ಲ; ಏಕಾಂದಲೆ ನೀ ಮನಿಚರ ಮೊಗದಾಕ್ಷಣೆ ನೋ
ಡದವಂ; ನಿಜಾಗಿ ದೇವರ ದಾರಿಯ ಬೋದಿಸುವವಂ; ಇದೆಲ್ಲಾವ
ಎಂಗ ಅಱಿದೆಯೊಂ. ಅರಸಗ ತಲೆವರಿ ಕಟ್ಟುವದು ನಾಯ
ವೋ? ಇಲ್ಲೆಯೋ? ಎಂಗ ಕೊಡುವದೋ? ಬೇಡವೋ? ಎಂದು
ಅವಂಗ ಹ್ಟೀಗಿದರು.

15. ಆಲೆ, ಅವಂ ಅವಕರ ಕವಡ ಅಱಿದು, ನಿಂಗ ಎನ್ನ
ಸೋದಿಸುವದೇಕ? ನಾಂ ನೋಡುವ ಹೆಂಗೆ ಒಂದು ಹಣವ ಎನ್ನ
ಸಾರೆ ಹೊತ್ತು ಬಾರಿವಿ! ಎನ್ನಂ.

16. ಅವಕ ಹೊತ್ತು ಬಂದರು. ಆಗ ಅವಂ ಅವಕರ, ಈ
ತಲೆಯೂ ಈ ಮುದ್ರೆಯೂ ದಾರದು? ಎನ್ನಂ; ಅವಕ ಅದು ಕೈಸ
ರನದು ಎಂದರು.

17. ಆಗ ಯೇಸು ಅವಕರ, ಕೈಸರನವೆಯು ಕೈಸರಗ, ದೇವ
ರವೆಯು ದೇವರುಗ ಸಲ್ಲಿಸಿವಿ ಎನ್ನಂ. ಅವಕ ಅವಂನ ಕುಱಿತು
ಬಲೂ ಅದಿಸೆಯ ಪಟ್ಟರು.

18. ಹಿಂದೆ, ಸದ್ದುಕಾಯರು ಅವಂನ ಸಾರೆ ಬಂದರು; ಎ
ವಕ ಸತ್ತವಕ ತಿರಿಗಿ ಜೀವ ಆಗಿ ಎ್ಟಬ್ಬದಿಲ್ಲೆ ಎಂಬವಕ.

19. ಎವಕ ಗುರುವೇ! ಒಬ್ಬಂನ ಅಣ್ಣ ಕೂಸಿಲ್ಲದೆ, ತನ್ಹೆಂಡರ
ಬೀತೂಟು ಸತ್ಹೋಲೆ, ಅವಂನ ತಮ್ಮ ಅವ್ಟುವ ಕೂಡಿ, ತನ್ನಣ್ಣಗ
ಬಿತ್ತುಟ್ಟು ಮಾಡ ಬೇಕೂಂದು ಮೋಸೆ ಎಂಗಗ ಬರೆದಿದ್ದನೆ.
20. ಇತ್ತೆ ಹಡೋನೆ, ಈವ್ಟು ಅಣ್ಣತಮ್ಮಂದಿಯರು ಇದ್ದರು.
ತಲೆಯುವಂ ಒಬ್ಬುವ್ಟ ಮದುವೆ ಮಾಡಿ, ಕಾಲಿಲ್ಲದೆ ಸತ್ಹೋದಂ.
21. ಎರಡನೆಯುವಂ ಅವ್ಟುವ ಮದುವೆ ಮಾಡಿ, ಕಾಲಿಲ್ಲದೆ
ಸತ್ಹೋದಂ. ಮೂರನೆಯುವಂನೂ ಅತ್ತೆಯೇ [ಸತ್ಹೋದ್ಟಂ].
22. ಈವ್ಟು ಆವ್ಟೂ ಅವ್ಟುವ ಮದುವೆ ಮಾಡಿ, ಕಾಲಿಲ್ಲದೆ
ಸತ್ಹೋದರು. ಎಲ್ಲಾಗೂ ಹಿಂದಾಡು ಆ ಹೆಮ್ಮಾತಿನೂ ಸತ್ಹೋದಂ.
23. ಅತ್ತೆಯಾಲೆ, ಸತ್ತವಕ ಮಱಿಚಿ ಜೀವಾಗಿ ಎಬ್ಟನೆಗ,
ಅವ್ಟ ಆವಕರ್ಟೋಗೆ ಏಯುವಂಗ ಹೆಂಡರಾಗಿದ್ದವ್ಟಾ? ಏಕಾಂದಲೆ
ಈವ್ಟು ಆವ್ಟೂ ಅವ್ಟುವ ಕೂಡಿದ್ದರೆ ಎಂದರು.
24. ಆಗ ಯೇಸು, ಅವಕರ, ನಿಂಗ ವೇದವಾಕ್ಕುಗ್ಟೋವೂ,
ದೇವರ ಬಲವವೂ ಅಱಿಯದೆ ಅಲ್ಲವಾ ತಪ್ಪಿ ಹೋಪವಕರಾಗಿದ್ದೀ!
25. ಸತ್ತವಕ ತಿರಿಗಿ ಜೀವ ಆಗಿ ಎಬ್ದ್ದ ಮೇಲೆ, ಅವಕ ಕ್ಟೊಂ
ಬದೂ ಇಲ್ಲೆ; ಕೊಡುವದೂ ಇಲ್ಲೆ. ಅವಕ ಮೇಲ್ಲೋಕದೊ ಇಬ್ಬ
ಜಮಗಾರರು ಮಾಕೆ ಇದ್ದಾಱಿ.
26. ಆಲೆ ಸತ್ತವಕ ತಿರಿಗಿ ಎಟ್ದ್ದಾರಾಂಬದುನ ಕುಱಿತು,
ಮೋಸೆಯು ಪಸ್ತುಕದೊ, ಪೊದೆಯ ಕುಱಿತು ಹ್ಟೇಗುವ ಎಡೆಯೊ,
ದೇವರು ಆವಂಗ "ನಾಂ ಅಬ್ರಹಾಮುನ ದೇವರೂ ಇಸಾಕಂನ ದೇ
ವರೂ ಯಾಕೋಬನ ದೇವರೂ" ಎಂದು ನುಡಿದು ಹ್ಟೇಗಿಬ್ಬದುನ
ನಿಂಗ ಓದುಲ್ಲೆಯಾ?
27. ಅವಂ ಸತ್ತವಕರ ದೇವರಲ್ಲ, ಬದುಕಿಬ್ಬವಕರ ದೇವ
ರಾಗಿದ್ದನೆ. ಇತ್ತೆ ಹಡುವದುನೆಂದ ನಿಂಗ ಬಲೂ ತಪ್ಪು ಮಾಡಿ
ಯಾಱಿ ಎನ್ನಂ.
28. ಆಗ ಸಾಸ್ತಿರಿಗ್ಟೊ ಟ್ಟಗೆ ಒಬ್ಬಂ ಬಂದು, ಆವಕ ತರ್ಕ
ಮಾಡುವದುನ ಕ್ಟೇತು, ಅವಂ ಅವಕಗ ಒಳ್ಳೆಂಗೆ ಜವಾಬು ಕೊ

ಟ್ಟದುನ ಅಱಿದು, ಅವಌನ, ಎಲ್ಲಾ ಕಟ್ಟಳೆಗ್ಳೊಟ್ಟಿಗೆ ಮೊದಲಾ
ವದು ಕಟ್ಟಳೆ ಏಯುದು? ಎಂದು ಕ್ಟೇತಌ.

29. ಆದುಗ ಯೇಸು, ಇಸ್ರಯೇಲೇ! ಕ್ಟೇ! ನಂಗ ದೇವರಾದ
ಕರ್ತಌ ಒಬ್ಬನೇ ಕರ್ತಌ.

30. ನೀ ನಿನ್ನ ದೇವರಾದ ಕರ್ತಌನ, ನಿನ್ನ ಮುಳು ಇರುದ
ಯಾಂದವೂ, ನಿನ್ನ ಮುಳು ಪೆರಣಾಂದವೂ, ನಿನ್ನ ಮುಳು ಬುದ್ದೀಂ
ದವೂ, ನಿನ್ನ ಮುಳು ಬಲಾಂದವೂ ಗವ ಮಾಡ ಬೇಕು ಎಂಬದೇ
ಮೊದಲನೇ ಕಟ್ಟಳೆ.

31. ನಿನ್ನ ನೆರೆಯುವನ ನಿನ್ನ ಮಾಕೆಯೇ ಗವ ಮಾಡ ಬೇ
ಕೆಂಬದೇ ಎರಡಾವದು ಕಟ್ಟಳೆ; ಎವೇಂದ ದೊಡ್ಡ ಕಟ್ಟಳೆ ಬೇರೊಂ
ದೂ ಇಲ್ಲೆ, ಎಂದು ಉತ್ತರ ಕೊಟ್ಟಌ.

32. ಆಗ ವೇದಸಾಸ್ತ್ರಿರಿ, ಗುರುವೇ! ನಿಜಾಗಿ ನೀ ಹ್ಟೇಗಿದ್ದು
ಸರಿ! ದೇವರು ಒಬ್ಬಌ ತಾಌ, ಅವಌ ಅಲ್ಲದೆ ಬೇರೊಬ್ಬಌ ಇಲ್ಲೆ.

33. ಅವಌನ ಮುಳು ಇರುದಯಾಂದವೂ, ಮುಳು ಬುದ್ದೀಂ
ದವೂ, ಮುಳು ಬಲಾಂದವೂ ಗವ ಮಾಡಿ, ನೆರೆಯುವಌನ ತನ್ನ
ಮಾಕೆಯೇ ಗವ ಮಾಡುವದು, ಎಲ್ಲಾ ಸರ್ವಾಂಗ ದಹನ ಬಲಿ
ಗ್ಳೊಟೀಂದವೂ, ಹಲಿಗ್ಳೊಟೀಂದವೂ, ಅಪ್ಪಱಿ ಹೆಚ್ಚಾದದಾಗಿ ಹಡದೆ
ಎಂದು ಹ್ಟೇಗಿದಌ.

34. ಆಗ ಯೇಸು ಅವಌ ವಿವೇಕಾಂದ ಉತ್ತರ ಕೊಟ್ಟದುನ
ನೋಡಿ, ನೀ ದೇವರ ರಾಜ್ಯಗ ದೂರವಾದವಌನಲ್ಲ ಎಂದು ಅವಌಗ
ಹ್ಟೇಗಿದಌ. ಅದುಗ್ಗಿಂದೆ ಏಯುವಌನಾಲೆಯೂ, ಏಯುದೊಂದು
ಕೇಳ್ವಿಯೂ, ಅವಌನ ಕ್ಟೇಪದುಗ ಧೈರಿಯ ಮಾಡುಲ್ಲೆ.

35. ಯೇಸು, ದೇವರ ಗುಡಿಯೊ ಉಪದೇಸ ಮಾಡಿಯುಂ
ಡಿಬ್ಬನೆ, ಮಱುತ್ತರಾಗಿ, ಕ್ರಿಸ್ತಌ ದಾವೀದಌನ ಮಾತೀಂದು, ಸಾಸ್ತ್ರಿ
ರಿಗ್ಳೊಟ್ಟಿ ಹ್ಟೇಗುವದು ಎತ್ತತೆ?

36. “ನಾಌ ನಿನ್ನ ಹಗೆಗಾರರ, ನಿನ್ನ ಪಾದ ಕ್ಟೀಯೆ ಮಾಡು
ವನೆಗಟ್ಟ, ನೀ ಎನ್ನ ಬಲಸರಿಯೊ ಕುಳಿದೂಳೋಂದು, ಕರ್ತಌ,

ಎನ್ನ ಕರ್ತ೦ಗ ಹ್ಟೇಗಿದ೦" ಎಂಬದಾಗಿ ದಾವೀದ೦ ತಾನೇ ಪರಿ
ಸುದ್ಧಾತ್ಮದೆಂದ ಹ್ಟೇಗಿದ್ದನೆ೦.

37. ದಾವೀದ೦ ತಾನೇ ಅವ೦ನ ಕರ್ತಾ೦ಂದು ಕೊರಸಿ
ದ್ದನೆ; ಅತ್ತೆಯಾಲೆ ಅವ೦ ಅವ೦ನ ಮಾತಿಯಾಗಿಬ್ಬದು ಎತ್ತತೆ?
ಎಂದು ಅವಕಗ ಹ್ಟೇಗಿದ೦. ಅನೇಕ ಜನ ಅವ೦ನ ಉಪದೇಸವ
ಸಂದೋಸಾಂದ ಕ್ಟೇತರು.

38. ಆಗ ಅವ೦ ಅವಕಗ ತನ್ನ ಬೋದನೆಯೋಗ್ಟೆ, ಉದ್ದ
ಕುಪ್ಪಚ ಇಕ್ಕಿಯುಂಡು ಸುತ್ತುವದುಗೂ, ಅಂಗಡಿ ಬೀದಿಯೊ
ಸರಣ ಮಾಡಿಸೋದುಗೂ,

39. ಸಬೆಗುಡಿಯೊ ಮೊಕ್ಯವಾದ ಪೀಟಗ್ಟೊ ಬ್ಟಾಯಿ ಕುಳಿ
ಬದುಗೂ, ಬಿರುಂದುನೊ ಮೊಕ್ಯವಾದ ಎಡೆಗ್ಟೊ ಬ್ಟಾಯಿ ಇಬ್ಬ
ದುಗೂ, ಆಸೆ ಮಾಡಿ, ಮುಂಡೆಯುರು ಮನೆಗ್ಟುವ ತಿಂದ್ಲಾಕಿ,

40. ಹ್ಟೇಗ, ಉದ್ದವಾದ ಹರಕೆ ಮಾಡುವ, ಸಾಸ್ತ್ರಿರಿಗ್ಟೊವ
ಕುಜಿ೦ತು, ನಿ೦ಗೆಚ್ಚರಿಕೆಯಾಗಿರಿವಿ; ಎವಕ ಅಪ್ಪಲಿ ದಂಡನೆ ತೀ
ರ್ಪು ಹೊಂದಿಯಾಲಿ, ಎಂದು ಹ್ಟೇಗಿದ೦.

41. ಹಿಂದೆ ಯೇಸು ಕಾಣಿಕೆ ಪೆಟ್ಟಿಗ ಇದುರಾಗಿ ಕುಳಿದೂಂ
ಡು, ಕಾಣಿಕೆ ಪೆಟ್ಟಿಗ ಜನ ಹಣ ಹಾಕುವ ಮಾದಿರಿಯ ನೋಡಿ
ಯುಂಡಿದ್ದ೦. ಆಗ ಅನೇಕ ಐಸುವರಿಯವತ್ತರು ಅಪ್ಪಲಿ ಹಾ
ಕಿದರು.

42. ಆಗ ಒಂದು ಏಳೆ ಮುಂಡೆಗಿಡಿ ಬಂದು, ಒಂದು ದುಗ್ಗಾ
ಣಿಗ ಸರಿಯಾದ ಎರಡು ಕಾಸು ಹಾಕಿದ್ಟ.

43. ಆಗ ಅವ೦ ತನ್ನ ಸಿಸಿಯುರ ತನ್ನ ಸಾರೆ ಕೊರಸಿ, ಕಾ
ಣಿಕೆ ಪೆಟ್ಟಿಗ ಹಣ ಹಾಕಿದವಕರೆಲ್ಲಾಂದವ್ರೂ, ಈ ಏಳೆ ಮುಂಡೆಗಿಡಿ
ಹೆಚ್ಚು ಹಾಕಿದ್ದ್ಟವೆ ಎಂದು ನಿಜಾಗಿ ನಿಂಗಗ ಹ್ಟೇಗಿನೆ.

44. ಏಕಾಂದಲೆ, ಅವಕರೆಲ್ಲಾ ತಂಗಗ ಹಡುವ ಜಾಸ್ತೀಂದ
ಎತ್ತಿ ಹಾಕಿದ್ದಾಲಿ; ಆಲೆ ಎವ್ಟ ತನ್ನ ಕೊಜಿತೇಂದ, ತನಗ್ಟಟ್ಟ
ದು ಮುಚ್ಚೊಡೂ, ತನ್ನ ಜೀವನ ಎಲ್ಲಾವ, ಹಾಕಿದ್ದ್ಟವೆ ಎನ್ನ೦.

13. ಸಂದಿ.

1. ಅವ಄ ಗುಡೀಂದ ಕಡೆದ್ಹೋಪನೆ, ಅವ಄ನ ಸಿಸಿಯರ್ಹೋ
ಗೆ ಒಬ್ಬ಄, ಅವ಄ನ ಗುರುವೇ! ನೋಡು! ಎತ್ತಾವ! ಕಲ್ಲುಗ್ಹೊ
ಎತ್ತಾವ! ಕಟ್ಟಡ ಎನ್ನ಄.

2. ಯೇಸು ಅವ಄ಗ ಮಱುತ್ತರಾಗಿ ಈ ದೊಡ್ಡ ಕಟ್ಟಡಗ್ಹುವ
ನೋಡಿರೆಯಲ್ಲವಾ? ಆಲೆಯೂ, ಒಂದು ಕಲ್ಲು ಇನ್ನೊಂದು ಕಲ್ಲೊ
ದಗ ಹಡದ ಹೆಂಗೆ, ಇಡಿತ್ಹಾಕದೆ ಇಬ್ಬದಿಲ್ಲೆ ಎನ್ನ಄.

3. ಹಿಂದೆ ಅವ಄ ಒಲೀವ ಕಂಬೆ ಒದಗ, ದೇವರ ಗುಡಿಗ
ಇದುರಾಗಿ ಕುಳಿದೂಂಡಿಬ್ಬನೆಗ, ಪೇತ್ರ಄, ಯಾಕೋಬ಄, ಯೋ
ಹಾನ಄, ಅಂದ್ರೆಯ಄ ಅವ಄ಸ ಸಾರೆ ಬಂದು,

4. ಎವೆ ಆಪದೇಗ್ಹುವ? ಎವೆ ಎಲ್ಲಾ ಈಡೇಱುವ ಕಾಲಗ
ಅಡಯಾಳ ಏನ? ಎಂಗಗ ಹ್ಹೇಗೂಂದು, ಅಂದರಂಗವಾಗಿ ಅವ಄ನ
ಕ್ಹೇತರು.

5. ಯೇಸು ಅವಕಗ, ಹ್ಹೇಗುವದುಗ ತೊಡಂಗಿದ್ದೇನಾಂದ
ಲೆ:—ನಿಂಗ್ಹುವ ದಾರೂ ಮೋಸ ಮಾಡದ ಹೆಂಗೆ ನೋಡಿಯುಳ್ಳಿವಿ!

6. ಏಕಾಂದಲೆ ಅನೇಕ್ಹಾ ಎನ್ನ ಸರುನೊ ಬಂದು, ನಾ಄ ತಾ಄
ಕ್ರಿಸ್ತಾಂದು ಹ್ಹೇಗಿ, ಅನೇಕ್ಹಾ ತೆಂದಿ ಹೋಪ ಹೆಂಗೆ ಮಾಡಿಯಾಱಿ.

7. ಜಗ್ಹುವವೂ, ಜಗ್ಹುದ ಸುದ್ದಿಯವೂ ಕ್ಹೇಪನೆಗ, ನಿಂಗ
ಕಲಂಗ ಬೇಡ! ಎವೆ ಅಗತ್ಯವಾಗಿ ಆಗ ಬೇಕು; ಆಲೆಯೂ, ಆಗ
ತಾನೇ ಮುಡಿವು ಬಾರ.

8. ಏಕಾಂದಲೆ, ಜನಗ ಬಿರೋದವಾಗಿ ಜನವೂ, ರಾಜ್ಯಗ
ಬಿರೋದವಾಗಿ ರಾಜ್ಯವೂ, ಹ್ಹದ್ದರ. ಬೇರೆ ಬೇರೆ ಎಡೆಯೊ ಬೂಮಿ
ಅದಱ಄ರ; ಹಂಜ ಕಾಲಗ್ಹೊ ಬಂದರ. ಎವೆ ಬೇನೆಗ್ಹೊವ ತೊವಕ.

9. ಆಲೆ ನಿಂಗ ಎಚ್ಚರಿಕೆಯಾಗಿರಿವಿ! ಏಕಾಂದಲೆ, ನಿಂಗ್ಹುವ
ನಾಯವಿಚಾರಣೆ ಮಾಡುವ ಕೂಟದವಕಗ ಒಪ್ಪಿಸಿಯಾಱಿ; ಸಬೆ
ಗುಡಿ ಬ್ಹಾಯಿ, ನಿಂಗ್ಹುಪ ಹುಯಿದಾಱಿ. ನಿಂಗ ಎನ್ನ ಪತ್ತಿ, ಆ್ಹಂ

ಬವಕಗೂ, ಅರಸುಗ್ಟೋಗೂ ಮುಂದಾಡು, ಅವಕಗ ಸಾಕಿಚಿ
ಯಾಗಿ ಬಂದು ನಿದ್ದಾಱೀ.

10. ಇದಲ್ಲದೆ, ಒಳ್ಳೆಯ ಸುದ್ದಿಯ ಮೊದಲಾಗಿ ಎಲ್ಲಾ ಜನಗ
ಸಾಱಿ ಬೇಕು.

11. ಆಲೆ ಅವಕ ನಿಂಗ್ಟುವ ಕೂಟಿ ಹೋಗಿ ಒಪ್ಪಿಸಿ ಕೊಡು
ವನೆ ನಿಂಗ ಎನ ಮಾತಾಡುವದೆಂದು ಅಂಗಲಾಪು ಪಟ್ಟು, ಆಲೋ
ಚನೆ ಮಾಡ ಬೇಡಿವಿ; ಆ ಮಣಿಜಾಮುದೊ ನಿಂಗಗ ತಂದದು ಎನ
ವೋ? ಅದುನ ತಾಂ ಮಾತಾಡಿವಿ; ಎಕಾಂದಲೆ, ಮಾತಾಡುವವಕ
ನಿಂಗಲ್ಲ, ಪರಿಶುದ್ಧಾತ್ಮನೇ [ಮಾತಾಡುವವಂ].

12. ಅಣ್ಣತಮ್ಮ, ತನ್ನ ಅಣ್ಣತಮ್ಮನವೂ, ಅಪ್ಪ ತನ್ನ ಮಾ
ತಿನವೂ ಸಾವುಗ ಒಪ್ಪಿಸಿಯಾಱಿ. ಮಕ್ಕ್ಟ ತಂಗ್ಟುವ ಹೆತ್ತವಕಗ
ಬಿರೋದವಾಗಿ ಎಟ್ದ್ದು, ಅವಕರ ಸಾವುಗ ಒಪ್ಪಿಸಿಯಾಱಿ.

13. ಎನ್ಡೆಸರುಗಾಗಿ ಎಲ್ಲಾಂದವೂ ಹಗೆ ಪಟ್ಟಾಱೀ. ಆಲೆ
ಮುಡಿವುಗಟ್ಟ ತಾಳಿಯುಂಬವಂ ಎಯುವನೋ, ಅವನೇ ರಕ್ಷಣೆ
ಹೊಂದಿನಂ.

14. ಇದಲ್ಲದೆ ನಾಸ ಮಾಡುವ ಅಸಂಗಿಯುವಾದದ್ದು, ಬರ
ಬಾರದ ಎಡೆಯೊ, ನಿದ್ದಿಬ್ಬದುನ ನಿಂಗ ಕ್ಟಾಂಬನೆಗ—ಓದುವವಂ
ಅಱೀದೂಳ್ಳಲಿ!—ಯೂದಾಯುದೊ ಇಬ್ಬವಕ ಬೆಟ್ಟುಗ್ಟೋಗ ಓಡಿ
ಹೋಗಲಿ!

15. ಮನೆಯ ಮೇಲೆ ಇಬ್ಬವಂ, ತನ್ನ ಮನೆಗ ಎಱಿಗಿ ಹೋ
ಗದೆಯೂ, ತನ್ನ ಮನೇಂದ ಎನವಾಲೆಯೂ, ಎತ್ತುವದುಗ ಒಟ್ಟಗೆ
ಹೋಗದೆಯೂ,

16. ಹೊಲದೊ ಇಬ್ಬವಂ ತನ್ನ ಬಟ್ಟೆಯ ಎತ್ತಿಯುಂಡ್ಡೋ
ಪದುಗ ಹಿಂದಿರಿಗಿ ಬಾರದೆಯೂ [ಓಡಿ ಹೋಗಲಿ!]

17. ಆ ಜಿನಗ್ಟೋ ಒಟ್ಟಗೆ ಬಸುರಿಯರುಗೂ, ಮೊಲೆ ಕೊಡು
ವವಕಗೂ ಅಯ್ಯೋಂದಾಗಿ ಹೋರ.

18. ನಿಂಗೋಡಿಗೆ, ಕೊಱಿವು ಕಾಲದೊ ಆಗದ್ದೆಂಗೆ ಹರಕೆ
ಮಾಡಿವಿ.

19. ದೇವರು ಉಟ್ಟು ಮಾಡಿದ ಸೃಷ್ಟಿಯ ತೊವಕಾಂದ ಇ
ನ್ನುಗಟ್ಟ ಉಟ್ಟಾಗದದೂ, [ಇನ್ನು ಮೇಲೆ] ಉಟ್ಟಾಪದುಗ ಇಲ್ಲ
ದದೂ, ಆಗಿ ಹಡುವ ಪಾಡು, ಆ ಜಿನಗ್ಳೊಟ್ಟಗೆ ಹಟ್ಟರ.

20. ಬೈಯು ಕರ್ತಂ ಆ ಜಿನಗ್ಟುವ ಕುಱುಕದಿದ್ದಲೆ, ಒಬ್ಬಂ
ನಾಲೆಯೂ ಉಟ್ಟುಯಿದುಳ್ಳಾಱಿಂ. ಆಲೆ, ತಾಂ ತಿರಿದೆತ್ತಿಯುಂಡವ
ಕಗಾಗಿ, [ಕರ್ತಂ] ಆ ಜಿನಗ್ಟುವ ಕುಱುಕಿದ್ದನೆ.

21. ಆಗ ದಾರಾಲೆಯೂ ನಿಂಗಗ ಕ್ರಿಸ್ತಂ ಎದಗೇ ಇಲ್ಲಿದ್ದನೆ,
ಅದಗೇ ಅಲ್ಲಿದ್ದನೆ, ಎಂದು ಹ್ಟೇಗಿಲೆ ನಂಬಬೇಡಿವಿ!

22. ಏಕಾಂದಲೆ, ಕಳ್ಳ ಕ್ರಿಸ್ತರೂ, ಕಳ್ಳ ಪ್ರವಾದಿಗ್ಳೊಟ್ಟೆದ್ದು,
[ತಂಗೆಂದ] ಆಪದಾಲೆ, [ದೇವರು] ತಿರಿದೂಂಡವಕರವೂ ಕೂಡ
ಮೋಸಗ ಉಳ್ಪಡಿಸುವದುಗ ತಕ್ಕ ಅಡೆಯಾಳಗ್ಟುವವೂ, ಅದಿಸೆ
ಯ ಕಾರಿಯಗ್ಟುವವೂ ತೋರಿಸಿಯಾಱಿ.

23. ಆಲೆ ನಿಂಗ ಎಚ್ಚರಿಕೆಯಾಗಿರಿವಿ! ಎದಗೇ ನೋಡಿವಿ!
ನಾಂ ಎಲ್ಲಾವ ಮುಂದಾಡೇ ನಿಂಗಗ ಹ್ಟೇಗಿಯುಟ್ಟಿದ್ದೆಂ.

24. ಇದಲ್ಲದೆ ಆ ಜಿನಗ್ಳೊಟ್ಟಗೆ, ಆ ಕಸ್ತಿ ಆದದುಗ್ಥಿಂದೆ,
ಹ್ಟೊತ್ತು ಕ್ಟತ್ತಲಾರ; ತಿಂಗ್ಟುವ ತನ್ನ ಬ್ಟೀಚಲ ಕೊಡ.

25. ನಚ್ಚೇತ್ರಗ್ಳೊ ಬಾನೂಂದ ಬ್ಟುದ್ಧೋರೊ; ಬಾನುನೊ
ಹಡುವ ಬಲಗ್ಳೊ ಅಲ್ಲಾಡಿ ಹೋರೊ.

26. ಆಗ ಮನಿಚಂನ ಮಾತಿ, ಬಲೂ ಬಲಾಂದವೂ ಮಯಿ
ಮೇಂದವೂ ಮಂಜುನೊ ಬಪ್ಪದುನ ಕಂಡಾಱಿ.

27. ಆಗ ಅವಂ ತನ್ನ ಜಮುಗಾರರ ಕ್ಟೇಗಿ, ತಾಂ ತಿರಿದೆತ್ತಿ
ಯುಂಡವಕರ, ಬೂಮಿಯು ಕಡಸಿ ಮೊಸೇಂದ, ಬಾನುನ ಕಡಸಿ
ಮೊನೆಗಟ್ಟ, ನಾಕು ದಿಕ್ಕೂಂದವೂ ಒಟ್ಟುಗೂಟಿನಂ.

28. ಅತ್ತಿಮರಾಂದ ಒರಟ ಕತ್ತೂಳ್ಳಿವಿ! ಅದುನ ಕೊಂಜು
ಇನ್ನೂ ಪ್ಟತಾಗಿ ಹಟ್ಟು, ಎಲೆಗ್ಳೊ ಪ್ಟಗುವನೆ, ಬೇಸಗೆ ಕಾಲ ಸಾರೆ
ಆತೂಂದು ಅಱಿದೂಂಡಾಱಿ ಅಲ್ಲವಾ!

29. ಅತ್ತೆಯೇ ನಿಂಗೂ, ಎವೆ ಆಪದುನ ಕ್ಣಾಂಬನೆ, [ಮನಿ
ಚಅನ ಮಾತಿ] ಸಾರೆ ಇದ್ದನೆ, ಬಾಗಿಲುನೊವೇ ಇದ್ದನೇಂದು
ಅಱೀದೂಳ್ಳಿವಿ!

30. ಇದೆಲ್ಲಾ ನೆರವೇರುವನೆಗಟ್ಟ, ಈ ಕೊಲ ಇಲ್ಲದಾಗಿ
ಹೋಪದಿಲ್ಲೇಂದು, ನಿಜಾಗಿ ನಿಂಗಗ ಹ್ಟೇಗಿನೆ.

31. ಬಾನೂ, ಭೂಮಿಯೂ ಅ್ಟಯಿದ್ಹೋಲೆಯೂ, ಎನ್ನ
ಮಾತುಗೆ್ಟ ಅ್ಟಯಿದ್ಹೋಪದಿಲ್ಲೆ.

32. ಆ ಜಿನವ ಕುಱೀತೂ, ಆ ಗ್ಟಯಿಗೆಯ ಕುಱೀತೂ,
ತಂದೆ ಅಲ್ಲದೆ ಏಯುವಅನೂ ಅಱೀಯಅ; ಮೇಲ್ಲೋಕದೊ ಇಬ್ಬ
ಜಮಗಾರರೂ ಅಱೀಯರು; ಮಾತಿನೂ ಅಱೀಯಅ.

33. ಆ ಕಾಲ ಎ್ಟಗುವ ಬಂದರಾಂದು ನಿಂಗ ಅಱೀಯದದು
ನೆಂದ, ನೋಡಿಯುಳ್ಳಿವಿ, ಎಚ್ಚಱೀಕೆಯಾಗಿದ್ದು ಹರಕೆ ಮಾಡಿವಿ!

34. ಇದು, ತನ್ನ ಮನೆಯ ಬುಟ್ಟು, ಅನ್ಯದೇಸದೊ ಒಕ್ಕಲಿ
ಬ್ಬದುಗ ಹೋದ ಒಬ್ಬಅ ಮನಿಚಅ, ತನ್ನ ಊಳಿಯಕಾರರುಗ ಅದಿ
ಕಾರ ಕೊಟ್ಟು, ಒಬ್ಬೊಬ್ಬಅಗ ಅವಅನವಅನ ಗೆಲಸವ ನೇಮಿಸಿ,
ಬಾಗಿಲು ಕಾಪವಅನವೂ ಎಚ್ಚರಿಕೆಯಾಗಿರ ಬೇಕೂಂದು ಉತ್ತರ
ಮಾಡಿದ ಹೆಂಗೆ ಹಡದೆ.

35. ಇತ್ತೆ ಹಡುವದುನೆಂದ, ಮನೆಯ ಎಜಮಾನ, ಸಂದ್ಹೊ
ತ್ತುನೊವ್ರೋ? ನಡುಜಾಮದೋಗ್ಟೆಯೋ? ಕ್ಹೋಯಿ ಕೂಗುವನೆ
ಗವ್ರೋ? ಒಱೀಕ್ಕೆದ್ಹೋ? ಏಗ್ಟುವ ಬನ್ನನಾಂದು ನಿಂಗ ಅಱೀಯಿ.

36. ಆದದುನೆಂಡ ಅವಅ ಪಕ್ಕನ ಬಂದು, ನಿಂಗ್ಟುವ ಒಱಿಗು
ವವಕರಾಗಿ ಕಂಡ್ಹಿಡಿಯದ್ಹೆಂಗೆ, ಎಚ್ಚರಿಕೆಯಾಗಿರಿವಿ;

37. ಬೈಯ ನಾಅ ನಿಂಗಗ ಹ್ಟೇಗುವದುನ ಎಲ್ಲಾಗೂ ಹ್ಟೇ
ಗಿನೆ--ಎಚ್ಚರಿಕೆಯಾಗಿರಿವಿ!

14. ಸಂಧಿ.

1. ಎರಡು ಜಿನ ಆದ ಮೇಲೆ, ಹ್ಟುಯಿ ಇಲ್ಲದ ದೊಟ್ಟಿಗ್ಟುವ ತಿಂಬ ಪಸ್ಕ ಹಬ್ಬ ಬಂದ. ಆಗ ದೊಡ್ಡ ಪೂಜಾರಿಯರೂ, ಸಾಸ್ತ್ರಿರಿಗ್ಟೊವೂ, ತಂಗ ಅವಂನ ತಂದ್ರವಾಗಿ ಹಿಡಿತು ಕೊಬ್ಬದು ಎತ್ತತೇಂದು ಬಗೆ ತೇಡಿದರು.

2. ಆಲೆಯೂ, ಜನಗ್ಟೋಗೆ ಕಲಾಂಗ ಆಗದ ಹೆಂಗೆ, ಹಬ್ಬದೊ ಬೇಡ ಎಂದರು.

3. ಹಿಂದೆ ಅವಂ ಬೆತಾನ್ಯದೊ, ಕುಸ್ಟರೋಗಿಯಾಗಿದ್ದ ಸೀಮೋನನಂ ಮನೆಯೊ ಇದ್ದು, ತೀನಿಗ ಕುಳಿದಿಬ್ಬನೆ, ಬಲೂ ಬೆಲೆಯುಳ್ಳ ಜಟಾಮಾಂಸಿ ತೈಲದ ಬರಣಿಯು ಬೀತಿದ್ದ ಒಬ್ಬ ಹೆಮ್ಮಾತಿ ಬಂದು, ಆ ಬರಣಿಯು ಒಡೆತು [ತೈಲವ] ಅವಂನ್ಟಿ ತಲೆಯು ಮೇಲೆ ಅಟ್ಟಿದ್ಟ.

4. ಆಲೆ ಜೋಚಿ ಲ್ಟಿ ತಂಗ್ಟೋಗೆ ಸಲಿತೂಂಡು, ಈ ತೈಲವ ಇತ್ತೆ ನಸ್ಟ ಮಾಡವದೇನಗ?

5. ಅದುನ ಮುನ್ನೂರು ಹಣಗೂ, ಹೆಚ್ಚುನ ಬೆಲೆಗ ಮಾಱಿ, ಬಡವರುಗ ಕೊಡಾಕಾಗಿ ಹಟ್ಟದೆ ಎಂದ್ಟೀಗಿ, ಅವ್ವುವ ಕುಱಿತು ಜಱಿದರು.

6. ಆಲೆ ಯೇಸು, ಅವ್ವುವ ಬುಟ್ಟು ಬುಡಿವಿ! ಅವ್ವುವ ಏಕ ತೊಂದಾರ ಪಡಿಸಿಯಾಱಿ? ಅವ್ಟ ಎನಗ ಒಳ್ಳೆಯು ಗೆಲಸ ಮಾಡಿದ್ಟವೆ.

7. ಏಕಾಂದಲೆ, ಬಡವರು ಏಗ್ಟೂ ನಿಂಗೊಂದಿಗೆ ಇದ್ದಾಱಿ; ನಿಂಗಗ ಮನಸ್ಟಡುವನೆ ಎಲ್ಲಾ, ನಿಂಗ ಅವಕಗ ಉಪಕಾರ ಮಾಡಾಕು; ಆಲೆ ನಾಂ ನಿಂಗೊಂದಿಗೆ ಏಗ್ಟೂ ಇರ ಹೋಪದಿಲ್ಲೆ.

8. ಅವ್ಟ ತನ್ನೆಂದಾಪದುನ ಮಾಡಿದ್ದವ್ಟೆ. ಹ್ಟೂಪದುಗಾಗಿ ಎನ್ನ ಸರುವಲುಗ ಮುಂದಾಡೇ ತೈಲ ಹೂಸಿದ್ದವ್ಟೆ.

9. ಈ ಒಳ್ಳೆಯ ಸುದ್ದಿ ಸರುವ ಲೋಕದೊ ಎಲ್ಲೆಲ್ಲಿ ಸಾರಿರ ವೊ, ಅಲ್ಲಲ್ಲಿ ಎವ್ವ ಮಾಡಿದ್ದುನವೂ, ಎವ್ವುವ ನೆನಪುಗಾಗಿ ಹೆಟೇಗಿ ಯಾಜಿಂಾಂದು, ಸತ್ಯವಾಗಿ ನಿಂಗಗ ಹೆಟೇಗಿನೆ ಎನ್ನ೦.

10. ಆಗ ಹನ್ನೆರಡ್ತಾದ್ದೊಟೇಗೆ ಒಬ್ಬ೦ನಾದ, ಯೂದಾ ಇಸ್ಕಾ ರಿಯೋತನೆಂಬವ೦, ಅವ೦ನ ದೊಡ್ಡ ಪೂಜಾರಿಯರುಗ ಹಿಡಿತು ಕೊಡುವದುಗಾಗಿ, ಅವಕರ ಸಾರೆ ಹೋೀಡ೦.

11. ಅವಕ ಅದುನ ಕ್ಟೇತು ಸಂದೋಸ ಪಟ್ಟು, ಅವ೦ಗ ಹಣ ತನ್ನನೆಯೊ೦ ಎಂದು ಮಾತು ಕೊಟ್ಟರು. ಅವ೦ ಅವ೦ನ ಹಿಡಿತು ಕೊಡುವದುಗ ಒಳ್ಳೆಯ ಸಮಯ ನೋಡಿಯುಂಡೇ ಇದ್ದ೦.

12. ಪಸ್ಕವ ಬಲಿ ಕೊಡುವ, ಹ್ಟುಯಿ ಇಲ್ಲದ ದೊಟ್ಟೆಯ ಹಬ್ಬದ ಮೊದಲನೇ ಜಿನದೊ, ಅವ೦ನ ಸಿಸಿಯರು, ನೀ ಪಸ್ಕವ ತಿಂಬ ಹೆಂಗೆ ಎಂಗ ಎಲ್ಲಿಗ ಹೋಗಿ ತಯಾರು ಮಾಡೋದೂಂದು ಇದ್ದೆ, ಎಂದು ಅವ೦ನ ಕ್ಟೇತರು.

13. ಆಗ ಅವ೦ ತನ್ನ ಸಿಸಿಯರ್ದ್ದೊಟೇಗೆ ಎರಡ್ತಾಗ, ನಿಂಗ ಪ ಟ್ಟಣಗ್ದೊಟೇಗೆ ಹೋಗಿವಿ, ಅಲ್ಲಿ ನೀರಣಕ ಹೊತ್ತೊಂಡು ಬಪ್ಪ ಒಬ್ಬ೦ ಮನಿಚ೦ ನಿಂಗಗ ಇದುರಾಗಿ ಬನ್ನನ೦ ಅವ೦ನ್ಹಿಂದಾಡು ಹೋೀಗಿವಿ;

14. ಅವ೦ ಎಲ್ಲಿಗ ಹುಕ್ಕನವೊ, ಆ ಮನೆಯ ಎಜಮಾನಗ, ನಾ೦ ಎನ್ನ ಸಿಸಿಯರೊಂದಿಗೆ ಪಸ್ಕವ ತಿಂಬದುಗ ತಕ್ಕ ತೀನಿಕೋ ಣೆ ಎಲ್ಲೀಂದು, ಗುರು ಕ್ಟೇತನಾಂಬದಾಗಿ ಹೆಟೇಗಿವಿ;

15. ಅವ೦ ಸಾಮಾನುಗ್ದೊಟ್ಟಿ ಬೀತಿಬ್ಬ ತಯಾರಾದ ದೊಡ್ಡ ಮೇಲ್ಮೆದ್ದೆ ಕೋಣೆಯ ನಿಂಗಗ ತೋರಿಸಿನ೦. ಅಲ್ಲಿ ನಂಗಗ ತ ಯಾರ ಮಾಡಿವಿ ಎಂದು ಹೆಟೇಗಿ ಕ್ಟೇಗಿದ೦.

16. ಅವ೦ನ ಸಿಸಿಯರು ಕಡೆದು, ಪಟ್ಟಣಗ ಹೋೀಗಿ, ತಂ ಗಗ ಅವ೦ ಹೆಟೇಗಿದ ಹೆಂಗೆಯೇ ಕಂಡು, ಪಸ್ಕವ ತಯಾರ ಮಾ ಡಿದರು.

17. ಸಂದ್ಯೊಡ್ತ್ತಾದದೆನ್ಮನೆ ಅವು ಹನ್ನೆರಡ್ಡಾ ಒಂದಿಗೆ
ಬನ್ನು;
18. ಅವಕ ಕುಳಿದು ತಿನ್ನೊಂಡಿಬ್ಬನೆ, ಯೇಸು, ನಿಂಗ್ಳೊಟೀಗೆ
ಒಬ್ಬು, ಎನ್ನೊಂದಿಗೆ ತಿಮ್ಮವು, ಎನ್ನ ಹಿಡಿತು ಕೊಟ್ಟನಾಂದು
ಸತ್ಯವಾಗಿ ನಿಂಗಗ ಹ್ಟೇಗಿನೆ ಎನ್ನು.
19. ಆಗ ಅವಕ ದುಕ್ಕಪಟ್ಟು, ಒಬ್ಬೊಬ್ಬನಾಗಿ ನಾಂನಾ?
ನಾಂನಾ? ಎಂದು ಅವುನ ಕ್ಟೇತರು.
20. ಅದುಗ ಅವು ಆವಕರ, ಹನ್ನೆರಡ್ಡಾದ್ಲೊಟೀಗೆ ಎನ್ನೊಂ
ದಿಗೆ ಮುತ್ತಗ ಕೈ ಇಕ್ಕುವವನೇ ಆ ಮನಿಚು.
21. ಮನಿಚುನ ಮಾತಿ ತನ್ನ ಕುಱಿತು ಬರೆದ್ದಡುವ ಪರ
ಕಾರಗ ಹೋನು ಸರಿತಾು, ಆಲೆ ಏಯುವು ಮನಿಚುನ ಮಾತಿನ
ಹಿಡಿತು ಕೊಟ್ಟನವೊ, ಆ ಮನಿಚುನ ಗತಿ ಕೇಡು ಗೆಟ್ಟದು. ಆ
ಮನಿಚು ಹುಟ್ಟದಿದ್ದಲೆ, ಅವುಗ ಒಳ್ಳಿತಾಗಿ ಹಟ್ಟ ಎನ್ನು.
22. ಅವಕ ತಿನ್ನೊಂಡಿಬ್ಬನೆಗ, ಯೇಸು ದೊಟ್ಟಿಯು ಎತ್ತಿ
ತೋತ್ರ ಮಾಡಿ, ಮುಱಿತು, ಅವಕಗ ಕೊಟ್ಟು, ಈಸಿ ತಿನ್ನಿವಿ! ಇದು
ಎನ್ನ ಸರುವಲು ಎನ್ನು.
23. ಆ ಮೇಲೆ ಬೋಗಣಿಯು ಎತ್ತಿ ತೋತ್ರ ಮಾಡಿ, ಅದುನ
ಅವಕಗ ಕೊಟ್ಟು; ಅವಕೆಲ್ಲಾ ಅದುನೊ ಕುಡಿತರು.
24. ಆಗ ಅವು ಅವಕಗ ಇದು ಎನ್ನ ನೆತ್ತರು, ಇದು ಕರ
ಹಾರದ ನೆತ್ತರು, ಇದು ಅನೇಕ್ಟಾಗಾಗಿ ಬೀಱುವ ನೆತ್ತರು;
25. ನಾು ದೇವರ ರಾಜ್ಯದೊ ಹೊಸತ ಕುಡಿಪ ಆ ಜಿನಗಟ್ಟ,
ಕುಡಿಮುಂದಿರಿ ರಸವ ನಾಂ ಇನ್ನು ಕುಡಿಪದಿಲ್ಲೇಂದು ನಿಜಾಗಿ ನಿಂ
ಗಗ ಹ್ಟೇಗಿನೆ, ಎನ್ನು.
26. ಅವಕ ಕೀರ್ತನೆ ಹಾಡಿದ ಮೇಲೆ, ಒಲೀವ ಕಂಬೆಗ ಕಡೆ
ದು ಹೋದರು.
27. ಆಗ ಯೇಸು ಅವಕಗ ನಿಂಗೆಲ್ಲಾ, ಇಂದಿರುನೊ ಎನ್ನ
ಕುಱಿತು ಅನುಮಾನ ಪಟ್ಟು ಹಿಂಜಾರಿಯಾಱಿ; ಏಕಾಂದಲೆ “ಕು

ಱಿಗಾರನ ಹುಯಿದನೆ, ಆಗ ಕುಱಿಗೊ ಚೆದರಿ ಹೋರೊ" ಎಂದು ಬರೆದ್ದಡದೆ;

28. ಆಲೆ ನಾ೦ [ಸತ್ತು] ಎಟ್ಟದ್ದ ಮೇಲೆ ನಿಂಗಗ ಮುಂದಾಡು ಗಲಿಲಾಯಗ ಹೋನೆ೦ ಎಂದು ಹ್ಟೇಗಿದ೦.

29. ಆಲೆ ಪೇತ್ರ೦ ಎಲ್ಲಾವೂ ನಿನ್ನ ಕುಱಿತು ಅನುಮಾನ ಪಟ್ಟು ಹಿಂಜಾಱಿಲೆಯೂ, ನಾ೦ ಹಿಂಜಾಱೆ೦ ಎಮ್ಮನೆಗ,

30. ಯೇಸು ಅವ೦ಗ ಇಂದು, ಈ ಇರ್ಟ್ಟಸೊ, ಹೂಂಜ೦ ಎರಡ್ಡುಟ್ಟು ಕೂಗುವನೆ ಮುಂದೆ, ನೀ ಮೂರ್ಡ್ಡುಟ್ಟು, ಎನ್ನ ಕುಱಿತು, ನಾ೦ ಅವ೦ನ ಆಱಿಯೆ೦ ಎಂಬದಾಗಿ ಹ್ಟೇಗಿರೇಂದು, ನಿಜಾಗಿ ನಿನಗ ಹ್ಟೇಗಿನೆ ಎನ್ನ೦.

31. ಆಲೆ ಅವ೦, ನಾ೦ ನಿನ್ನೊಂದಿಗೆ ಸಾವದಾಗಿ ಹಟ್ಟಲೆಯೂ, ನಾ೦ ನಿನ್ನ ಕುಱಿತು, ನಾ೦ ಅವ೦ನ ಆಱಿಯೆ೦ ಎಂದು ಹ್ಟೇಗುವದಿಲ್ಲೇಂದು, ಉಱುದಿಯಾಗಿ ಹ್ಟೇಗಿದ೦; ಅದೇ ಪರಕಾರಗ ಅವಕೆಲ್ಲಾವೂ ಹ್ಟೇಗಿದರು.

32. ಹಿಂದೆ ಅವಕ ಗೆತ್ಸೇಮನೆ ಎಂಬ ಎಡೆಗ ಬಂದರು; ಆಗ ಅವ೦ ತನ್ನ ಸಿಸಿಯರುಗ ನಾ೦ ಹರಕೆ ಮಾಡುವನೆಗಟ್ಟ, ನಿಂಗ ಇಲ್ಲಿ ಕುಳಿದೂಂಡಿರಿವಿ, ಎಂದ್ಟೇಗಿ,

33. ಪೇತ್ರನ೦ವೂ, ಯಾಕೋಬ೦ನವೂ, ಯೋಹಾನ೦ನವೂ ಕೂಟಿಯುಂಡ್ಹೋಗಿ, ದಿಗಿಲ್ತಟ್ಟ, ಅಪ್ಪರ ಕಲಂಗಿ,

34. ಎನ್ನ ಪೆರಣ ಸಾವ ಹೆಂಗೆ ಬಲೂ ದುಕ್ಕ ತಟ್ಟೆದ್ಧಾಗಿ ಹಡದೆ; ನಿಂಗ ಇಲ್ಲಿ ಇದ್ದು, ಎಚ್ಚರಿಕೆಯಾಗಿರಿವಿ! ಎಂದು ಹ್ಟೇಗಿ,

35. ಚಿಟಿಗ ದೂರ ಹೋಗಿ, ನೆಲದ ಮೇಲೆ ಅಡ್ಡಬ್ಬುದ್ದು, ಆಪದಾಲೆ ಆ ಗ್ಟಯಿಗೆ ತನ್ನ೦ ಬುಟ್ಟು, ನೀಂಗುವದೂಂದು ಹರಕೆ ಮಾಡಿ,

36. ಅಪ್ಪಾ! ತಂದೆಯೇ! ನಿನ್ನೆಂದ ಎಲ್ಲಾ ಆರ, ಈ ಬೋಗಣಿಯ [ಕಸ್ಟವ] ಎನ್ನೆಂದ ತೆಲಕು! ಎತ್ತತೆಯೂ, ಎನ್ನ ಚಿತ್ತದ ಪರಕಾರ ಅಲ್ಲ, ನಿನ್ನ ಚಿತ್ತದ ಪರಕಾರ ಆಗಲಿ! ಎನ್ನ೦.

37. ಆ ಮೇಲೆ ಅವ೦ ಬಂದು, ಅವಕ ಒರಗುವದುನ ಕಂಡು ಪೇತ್ರನ, ಸೀಮೋನಾ! ಒಱಗಿರೆಯಾ? ಒಂದು ಗ್ಟಯಿಗೆಯಾಲೆ ಯೂ ಎಚ್ಚರಿಕೆಯಾಗಿರಾಱಿಯಾ?

38, ನಿಂಗ ಸೋದನೆಗ ಓ್ಟಗಾಗದ್ದೆಂಗೆ, ಎಚ್ಚರಿಕೆಯಾಗಿದ್ದು, ಹರಕೆ ಮಾಡಿವಿ! ಆತ್ಮಗ ಮನಸ್ಥಡದೆ, ಆಲೆ ಸರುವಲುಗ ಬಲ ಎಟ್ಟ ಎನ್ನ೦.

39. ಅವ೦ ತಿರಿಗಿ ಅತ್ತೋಗಿ, ಅದೇ ಮಾತುಗ್ಳೊವವೇ ಹ್ಟೇಗಿ, ಹರಕೆ ಮಾಡಿದ೦.

40. ಅವ೦ ಮಱಿಚಿ ಬಪ್ಪನೆಗ, ಅವಕ ತಿರಿಗಿ ಒಱಗುವದುನ ಕಂಡ೦; ಅವಕರ ಕಣ್ಣುಗ್ಳೊ ಬಾರ ಆಗಿ ಹಟ್ಟದುನೆಂದ, ಅವ೦ಗ ಏನ ಉತ್ತ್ರರ ಕೊಡುವದೂಂದು, ಅಱಿಯದೆ ಇದ್ದರು.

41. ಅವ೦ ಮೂರನೇ ಹುಟ್ಟು ಬಂದು, ಅವಕರ ಇನ್ನು ಒಱಗಿ ದಣುವಾರಿಸಿಯುಳ್ಳಿವಿ! ಇನ್ನೂ ಗನ; ಗ್ಟಯಿಗೆ ಬಂದ, ಎದಗೇ ಮನಿಚ೦ನ ಮಾತಿ೦ನ ಪಾಪಿಗ್ಳೊ ಕೈಗ ಒಪ್ಪಿಸಿಯಾಱಿ;

42. ಎದ್ದಿವಿ, ಹೋಪೊ೦! ಎನ್ನ ಹಿಡಿತು ಕೊಡುವವ೦ ಎದಗೇ! ಸಾರೆ ಬಂದಿದ್ದ೦ನೆ ಎನ್ನ೦.

43. ಒಡನೇ, ಅವ೦ ಇನ್ನೂ ಮಾತಾಡಿಯುಂಡಿಬ್ಬನೆ, ಹನ್ನೆರಡ್ಟಾದೊ ಒಬ್ಬ೦ನಾದ ಯೂದ೦ ಬನ್ನ೦; ದೊಡ್ಡ ಪೂಜಾರಿಗ್ಳೊ ಕಡೇಂದವ್ರೂ, ವೇದಸಾಸ್ತ್ರಿರಿಗ್ಳೊ ಕಡೇಂದವ್ರೂ, ಮೊಕ್ಯಸ್ತರ ಕಡೇಂದವ್ರೂ, ಬಲೂಜನ ಕತ್ತಿಗ್ಳೊವ್ರೂ, ದೊಣ್ಣೆಗ್ಳೊವ್ರೂ ಹಿಡಿತೂಂಡು ಅವ೦ನೊಂದಿಗೆ ಬಂದರು.

44. ಇದಲ್ಲದೆ ಅವ೦ನ ಹಿಡಿತು ಕೊಡುವವ೦ ನಾ೦ ಏಯವ೦ನ ಮುತ್ತಿಕ್ಕಿಸೆಯೊ ಅವ೦ತಾ೦ ಅವ೦, ಅವ೦ನ ಹಿಡಿತು ಬದ್ರಾಗಿ ಕೂಟಿಯುಂಡ್ಹೋಗಿವಿ ಎಂದು, ಅವಕಗ ಅಡೆಯಾಳ ಹ್ಟೇಗಿ ಬೀತಿದ್ದ೦.

45. ಅವ೦ ಬಂದದೆಮ್ಮನೆ, ಒಡನೇ ಅವ೦ನ ಸಾರೆ ಹೋಗಿ, ಗುರುವೇ! ಎಂದು ಹ್ಟೇಗಿ ಅವ೦ಗ ಮುತ್ತಿಕ್ಕಿದ೦.

46. ಆಗ ಅವಕ ಅವಂನ ಮೇಲೆ ಕೈ ಹಾಕಿ, ಅವಂನ ಹಿಡಿತರು.

47. ಆಲೆ ಒಂದಿಗೆ ನಿದ್ದಿದ್ದವಕರ್ಬ್ಟೋಗೆ ಒಬ್ಬಂ, ತನ್ನ ಕತ್ತಿಯ ಊರಿ, ದೊಡ್ಡ ಪೂಜಾರಿಯ ಆ್ಟವ ಹುಯಿದು, ಅವಂನ ಕಿವಿಯ ಬೆಟ್ಟಿ ಹಱಿತು ಬುಟ್ಟಂ.

48. ಆಗ ಯೇಸು ಮಱುತ್ತರಾಗಿ ಅವಕಗ, ಕಳ್ಳನ ಹಿಡಿಪದುಗ ಬಂದ ಹೆಂಗೆ, ಕತ್ತಿಗ್ಬ್ಟವೂ ದೊಣ್ಣೆಗ್ಬ್ಟವೂ ಎತ್ತಿಯುಂಡು ಬಂದಿರಾ?

49. ನಾಂ ಜಿನ ಜಿನ ಕಲಿಸಿಯುಂಡು, ನಿಂಗೊಂದಿಗೆ ಗುಡಿಯೊ ಇದ್ದೆಂ; ಆಗ ನಿಂಗ ಎನ್ನ ಹಿಡಿಪಿಲೆ, ಆಲೆಯೂ, ವೇದವಾಕ್ಕು ಇತ್ತೆ ನೆರೆವೇರುವದಾಗಿ ಹಡದೆ ಎಂದು ಹ್ಟೇಗಿದಂ.

50. ಆಗ ಎಲ್ಲಾ ಅವಂನ ಬುಟ್ಟು ಓಡಿ ಹೋದರು.

51. ಒಬ್ಬಂ ಜವ್ವಾನಿ, ಬುಱು ಉರುಗ ದುಪ್ಪಟಿಯ ಹೊತ್ತೊಂಡು, ಅವಂನ ಹಿಂದಾಡು ಹೋದಂ. ಅವಕ ಅವಂನ ಹಿಡಿತರು.

52. ಆಲೆ ಅವಂ ದುಪ್ಪಟಿಯ ಬುಟ್ಟೊಟು, ಬೆತ್ತಲೆಯಾಗಿ ಓಡಿ ಬುಟ್ಟಂ.

53. ಆಗ ಯೇಸುವ ದೊಡ್ಡ ಪೂಜಾರಿಯ ಸಾರೆ ಕೂಟಿಯುಂಡ್ಬ್ಟೋದರು; ಎವಂನ ಸಾರೆ ಮೊಕ್ಯವಾದ ಪೂಜಾರಿಗ್ಬ್ಟವೂ, ಮೊಕ್ಯಸ್ತರೂ, ಸಾಸ್ತ್ರಿರಿಗ್ಬ್ಟವೂ ಕೂಡಿ ಬಂದರು.

54. ಪೇತ್ರಂ, ದೂರಾಂದ ಅವನ್ಹಿಂದಾಡು ಹೋಗಿ, ದೊಡ್ಡ ಪೂಜಾರಿಯ ಮಟಗ್ಬ್ಟೇಗೆ ಬಂದು, ಓಲೆಯಕಾರರೊಂದಿಗೆ ಕುಳಿದು, ಕಿಚ್ಚುಕಾದೂಂಡಿದ್ದಂ.

55. ಆಗ ಮೊಕ್ಯವಾದ ಪೂಚಾರಿಗ್ಬ್ಟವೂ, ಮೊಕ್ಯಸ್ತರ ಕೂಟದವಕೆಲ್ಲಾವೂ, ಯೇಸುವ ಕೊಲ್ಲಿಸುವದುಗ, ಅವಂಗ ಬಿರೋದವಾಗಿ ಪುಱಿ ಸಾಕಿಚಿ ತೇಡಿದರು, ಆಲೆ ಸಿಕ್ಕುಲೆ.

56. ಏಕಾಂದಲೆ, ಅನೇಕ್ಟಾ ಅವಂಗ ಬಿರೋದವಾಗಿ ಪುಯಿ ಸಾ
ಕಿಚಿ ಹ್ಟೇಗಿದರು; ಆಲೆ ಅವಕರ ಸಾಕಿಚಿ ಒಂದಗೊಂದು ಸರಿಪಡುಲೆ;
57. ಆಗ ಜೋಚಿ ಆಟ್ಟ ಎಟ್ಟದ್ದು, ಅವಂಗ ಬಿರೋದವಾಗಿ
ಪುಯಿ ಸಾಕಿಚಿ ಹ್ಟೇಗಿ,
58. ಎವಂ, ನಾಂ ಕೈಗೆಲಸಾಂದ ಕಟ್ಟಿದ ಈ ಗುಡಿಯು ಇಡಿ
ತೂಟು, ಮೂರು ಜಿನದೊ ಕೈಗೆಲಸವಲ್ಲದ ಬೇರೊಂದನ ಕಟ್ಟೆ
ನೇಂದು ಹ್ಟೇಗಿದ್ದುನ, ಎಂಗ ಕ್ಟೇತಿದ್ದೆಯೊಂ ಎಂದರು;
59. ಆಗೂ, ಅವಕರ ಸಾಕಿಚಿ ಒಂದಗೊಂದು ಸರಿಪಡುಲೆ.
60. ಆಗ ದೊಡ್ಡ ಪೂಜಾರಿ ಎಟ್ಟದ್ದು, ನಡುವೆ ನಿದ್ದು, ಯೇ
ಸುಗ, ನೀ ಏನೂ ಉತ್ತರ ಕೊಡುವದಿಲ್ಲೆಯಾ? ಎವಕ ನಿನಗ ಬಿ
ರೋದವಾಗಿ ಸಾಕಿಚಿ ಹ್ಟೇಗುವದೇನಾಂದು ಕ್ಟೇತಂ.
61. ಆಲೆ ಅವಂ ಒಂದೂ ಉತ್ತರ ಹ್ಟೇಗದೆ, ಸಪೇಸಿದ್ದಂ.
ತಿರಿಗಿ ದೊಡ್ಡ ಪೂಜಾರಿ, ನೀ ಕೊಂಡಾಡ ತಕ್ಕ [ದೇವರ] ಮಾತಿ
ಯಾದ ಕ್ರಿಸ್ತನಾಗಿದ್ದೆಯಾ? ಎಂದು ಅವಂನ ಕ್ಟೇತಂ.
62. ಅದುಗ ಯೇಸು, ಹಾಂ! ಸಾ ಅತ್ತೆಯೇ ಆಗಿದ್ದೆಂ; ಇದ
ಲ್ಲದೆ ಮನಿಚಂನ ಮಾತಿ, ಸರುವ ಬಲವುಳ್ಳವಂನ ಬಲಸರಿಯೊ ಕು
ಳಿದೂಂಡಿಬ್ಬದುನವೂ, ಬಾನುನ ಮಂಜುನೊ ಬಪ್ಪದುನವೂ, ನಿಂಗ
ಕಂಡಾಜಿ಼ ಎಂದು ಹ್ಟೇಗಿದಂ.
63. ಆಗ ದೊಡ್ಡ ಪೂಜಾರಿ, ತನ್ನ ಬಟ್ಟೆಗ್ಟುವ ಹಜಿ಼ತೂಂಡು,
ಇನ್ನು ನಂಗಗ ಸಾಕಿಚಿ ಏತಗ?
64. [ದೇವ] ದೂಸಣೆ ಮಾಡಿದ್ದುನ ಕ್ಟೇತಿದ್ದಿರೆ; ನಿಂಗ ಏನ
ನೆನತಾಜಿ಼? ಎನ್ನಂ. ಆಗ ಅವಕೆಲ್ಲಾ ಅವಂ ಸಾವದುಗ ತಕ್ಕವಂ
ಎಂದು ತೀರ್ಪು ಮಾಡಿದರು.
65. ಆಗ ಜೋಚಿ ಆಟ್ಟ, ಅವಂನ ಮೇಲೆ ಉಟ್ಟಗಿಬದುಗೂ,
ಅವಂನ ಮೊಗವ ಮುಚ್ಚುವದುಗೂ, ಅವಂನ ಹುಯಿವದುಗೂ,
ಪ್ರವಾದನೆ ಹ್ಟೇಗೂಂದು ಹ್ಟೇಗುವದುಗೂ, ತೊಡಂಗಿದರು. ಓಲೆ
ಯಕಾರರು ತಂಗ ಕೈಯೆಂದ ಅವಂನ ಗುದ್ದಿದರು.

66. ಆಗ ಪೇತ್ರ್ ತಾಳಗ, ತೆಣೆಯೊ್ ಇಬ್ಬನೆ, ದೊಡ್ಡ ಪೂಜಾರಿಯು ಗೆಲಸಗಾತಿಯುರ್ಟೋಗೆ ಒಬ್ಬ್ಟ ಬಂದು,

67. ಪೇತ್ರ್ [ಕಿಚ್ಚು] ಕಾಸಿಯುಂಡಿಬ್ಬದುನ ಕಂಡು, ಅವ್ನ ನೋಡಿ, ನೀ ಕೂಡಾ ಸಜರೇತುನ ಯೇಸು ಒಂದಿಗೆ ಇದ್ದವ್ ತಾ್ ಎಂದ್ಟ.

68. ಅದುಗ ಅವ್ ನೀ ಏನಾಂದ್ರೆಯೊ ನಾ್ ಆಱಿಯೆ್; ಎನಗ ತಿರಿಯು, ಎಂದ್ಟೇಗಿ ಅಲ್ಲತಟ್ಟಿದ್; ಹಿಂದೆ ಅವ್ ಹೊಱಾಚು ಮಂಟಪಗ ಹೋದ್; ಆಗ ಕ್ಟೋಯಿ ಕೂಗಿತು.

69. ಗೆಲಸಗಾತಿ ಅವ್ನ ಕಂಡು, ಸಾರೆ ನಿದ್ದಿದ್ದವಕಗ ಎವ್ ಅವಕರ್ಟೋಗೆ ಒಬ್ಬ್ ತಾ್ ಎಂದು ತಿರಿಗಿ ಹ್ಟೇಗುವದುಗ ತೊಡಂಗಿದ್ಟ. ಆಲೆ ಅವ್ ತಿರಿಗಿ ಅದುನ ಅಲ್ಲತಟ್ಟಿದ್.

70. ಜೋಚಿ ಜಾಮ ಆದಮೇಲೆ ಸಾರೆ ನಿದ್ದಿದ್ದವಕ, ತಿರಿಗಿ ಪೇತ್ರಗ, ನಿಚ್ಚೆಯವಾಗಿ ನೀ ಅವಕರ್ಟೋಗೆ ಒಬ್ಬ್ನಾಗಿದ್ದೆ; ಏಕಾಂದಲೆ ನೀ ಗಲಿಲಾಯದವ್ನಾಗಿದ್ದೆ ಎಂದು ಹ್ಟೇಗಿದರು.

71. ಅದುಗ ಅವ್, ನಿಂಗ್ಟೇಗುವ ಆ ಮನಿಚ್ನ ನಾ್ ಆಱಿಯೇ್ಂದು, ಸಾಪಿಸುವದುಗೂ, ಸತ್ಯ ಮಾಡುವದುಗೂ ತೊಡಂಗಿದ್.

72. ಒಡನೇ, ಕ್ಟೋಯಿ ಎರಡಾವದು ಹುಟ್ಟು ಕೂಗಿತು. ಆಗ ಪೇತ್ರ ಕ್ಟೋಯಿ ಎರಡ್ಹುಟ್ಟು ಕೂಗುವನೆ ಮುಂದೆ, ನೀ ಎನ್ನ ಮೂರ್ಹುಟ್ಟು ಅಲ್ಲತಟ್ಟಿರೇಂದು ಯೇಸು ತನಗ ಹ್ಟೇಗಿದ ಮಾತ ಗೇಪ ಮಾಡಿಯುಣ್ಣ್. ಅದುನ ನೆನೆತೂಮನೆ ಅವ್ ಅಟ್ಟತ್ತ್.

15. ಸಂಧಿ.

1. ಬ್ಟಾಗಾದ ಒಡನೇ, ದೊಡ್ಡ ಪೂಜಾರಿಗ್ಟೊ, ಮೊಕ್ಯಸ್ತರೊಂದಿಗೆಯೂ, ಸಾಸ್ತ್ರಿರಿಗೊ ಒಂದಿಗೆಯೂ, ಮುಳು ಆಲೋಚನೆ ಕೂಟದವಕರೊಂದಿಗೆಯೂ, ಆಲೋಚನೆ ಮಾಡಿ, ಯೇಸುವ ಕಟ್ಟಿ, ಹೊತ್ತೋಗಿ ಪಿಲಾತ್ಗ ಒಪ್ಪಿಸಿದರು.

2. ಆಗ ಪಿಲಾತಂ ನೀ ಎಹೂದ್ಯರ ಅರಸನಾ? ಎಂದು ಅವಂನ ಕ್ಟೇತಂ. ಅದುಗ ಅವಂ ಉತ್ತರ ಕೊಟ್ಟು, ನೀ ಹ್ಟೇಗುವದು ಸರಿ ತಾಂ ಎನ್ನಂ.

3. ಇದಲ್ಲದೆ, ದೊಡ್ಡ ಪೂಜಾರಿಗ್ಟೊ, ಅನೇಕ ಕಾರಿಯು ಗ್ಟೊವ ಕುಱಿತು, ಅವಂನ ಮೇಲೆ ಕುತ್ತ ಹೊರಸಿದರು.

4. ಆಗ ಪಿಲಾತಂ ಅವಂನ, ನೀ ಏನೂ ಉತ್ತರ ಹ್ಟೇಗುವದಿ ಲ್ಲೆಯಾ? ಎದಗೇ ಎವಕ ನಿನ್ನ ಮೇಲೆ ಏಸಗೊ ಕುತ್ತ ಹೊರಿಸಿ ಯಾರವೇ, ಎಂದು ಅವಂನ ತಿರಿಗಿ ಕ್ಟೇತಂ.

5. ಅದುಗ ಯೇಸು ಇನ್ನೇನೂ ಉತ್ತರ ಕೊಡುಲ್ಲೆ; ಆದದು ಸೆಂದ ಪಿಲಾತ ಅದಿಸೆಯು ಪಟ್ಟಂ.

6. ಆಲೆ ಹಬ್ಬದೊ, ಜನ ತನ್ನ ಕ್ಟೇತೂಂಬ ಸೆಱೆಯುವಂ ಒಬ್ಬಂನ ಬುಡುದಲೆ ಮಾಡುವದು, ಅವಂಗ ವಳಕ್ಕ ಆಗಿ ಹಟ್ಟ.

7. ಇತ್ತೆ ಹಡುವಸೆ ಕಲಾಂಗ ಮಾಡಿ, ಕಲಾಂಗದೊ ಕೊಲೆ ಮಾಡಿದ ಮನಿಚರೊಂದಿಗೆ ಬರಬ್ಬಂನೆಂಬ ಒಬ್ಬಂನ ಕಟ್ಟಿ ಹಾಕಿದ್ದರು.

8. ಆಗ ಜನ ಅವಂ ಮಾಡುವ ವಳಕ್ಕ ಪಡಿಗ, ಮಾಡುವ ದೊಂದು ಬೇಡಿಯುಂಬದುಗ ತೊವಕಿದರು.

9. ಆಲೆ ಪಿಲಾತಂ ಅವಕಗ ಉತ್ತರ ಕೊಟ್ಟು, ಎಹೂದ್ಯರ ಅರಸನ ನಿಂಗಗ ಬುಡುದಲೆ ಮಾಡುವದೊಂದಿದ್ದಿರಾ? ಎಂದು ಕ್ಟೇತಂ.

10. ಏಕಾಂದಲೆ ದೊಡ್ಡ ಪೂಜಾರಿಗ್ಟೊ, ಹೊಟ್ಟೆಕಿಚ್ಚೊಂದ ಅವಂನ ಹಿಡಿತು, ಒಪ್ಪಿಸಿದರೂಂದು ಅವಂ ಅಱಿದಿದ್ದಂ.

11. ಆಲೆ ದೊಡ್ಡ ಪೂಜಾರಿಗ್ಟೊ, ಬರಬ್ಬಂನತಾಂ ತಂಗಗ ಬುಡುದಲೆ ಮಾಡುವದೊಂದು ಕ್ಟೇತೂಂಬದುಗ, ಜನವ ತೂಂಡಿ ಬುಟ್ಟರು.

12. ಆಗ ಪಿಲಾತಂ ಅತ್ತೆಯಾಲೆ, ಯೂದರ ಅರಸಾಂದು ನಿಂಗ ಹ್ಟೇಗುವವಂನ ನಾಂ ಏನ ಮಾಡುವೆಂ? ಎಂದು ಮಱಿಚಿ ಕ್ಟೇತಂ.

13\. ಆಗ ಅವಕ, ಅವಂನ ಸಿಲುವೆಗ ಹಾಕೊಂದು ಮಱಿಚಿ ಕಿಱಿಚಿದರು.

14\. ಅದುಗ ಪಿಲಾತಂ, ಏಕ? ಅವಂ ಏನ ಕೇಡು ಮಾಡಿದಂ? ಎನ್ನಂ. ಆಲೆ ಅವಕ ಅವಂನ ಸಿಲುವೆಗ ಹಾಕೊಂದು ಅಪ್ಪಱಿ ಕೋವುಂಡಲಿಕ್ಕಿ ಕೊರಸಿದರು.

15\. ಆಗ ಪಿಲಾತಂ ಜನವ ಮೆಚ್ಚಿಸುವದುಗ ಬಿರುಂಬಿ, ಬರಬ್ಬನ ಅವಕಗ ಬುಡುದಲೆ ಮಾಡಿದಂ. ಆಲೆ ಯೇಸುವ ಬಾರುನೊ ಹುಯಿಸಿ, ಸಿಲುವೆಗ ಹಾಕುವದುಗ ಒಪ್ಪಿಸಿ ಕೊಟ್ಟಂ.

16. ಆಗ ಸಿಪ್ಪಾಯಿಗ್ಳೊ ಅವಂನ ಅರಮನೆಗ್ಳೊೀಗೆ ಹಿಡಿತೊಂಡ್ಳೊೀಗಿ, ಕಾವಲುಗಾರರೆಲ್ಲಾವ ಕೊರಸಿ,

17\. ಸಕಲಾತಿ ಬಟ್ಟೆಯ ಅವಂಗ ಹೊಱಿಸಿ, ಮುಳ್ಳುನ ಮುಡಿಯ ಹೆಣೆದು, ಅವಂಗ ಇಕ್ಕಿ,

18\. ಯೂದರ ಅರಸೇ! ನಿನಗ ನಮುಸ್ಕಾರ! ಎಂದು ಸರಣ ಮಾಡಿ,

19\. ಕೋಲೊಂದ ಅವಂನ ಮುಂಡೆ ಮೇಲೆ ಹೊದು, ಅವಂನ ಮೇಲೆ ಉಗ್ಗಿದು, ಮೊಣಕಾಲೂಱಿ, ಅವಂನ ಪೂಜಿಸಿದರು.

20\. ಇತ್ತೆ ಅವಂನ ಪರಿಯಾಸ ಮಾಡಿದ ಮೇಲೆ, ಸಕಲಾತಿ ಬಟ್ಟೆಯ ಎತ್ತಿ ಹಾಕಿ, ಅವಂನ ಬಟ್ಟೆಯ ಅವಂಗ ಹೊಱಿಸಿ, ಅವಂನ ಸಿಲುವೆಗ ಹಾಕುವದುಗ ಹೊಱಿಂಚು ಕೊಟೆಯುಂಡ್ಳೊೀದರು.

21. ಆಗ ಕುರೇನ್ಯದವಂನೂ, ಅಲೆಕ್ಸಂದರಂ, ರೂಪಂ ಎಂಬವಕರ ಅಪ್ಪನೂ ಆಗಿದ್ದ, ಸೀಮೋನಾಂಬವಂ ಆ ದಾರಿಯಾಗಿ ಊರೊಂದ ಬಪ್ಪನೆಗ, ಅವಂನ ಸಿಲುವೆಯ ಹೊತ್ತೊಂಡು ಹೋಪದುಗ ಬಲುಮುತ ಮಾಡಿದರು.

22. ಮಂಡೆ ಓಡುನ ಎಡೇಂದು ಅರ್ಥ ಆಪ, ಗೊಲ್ಗೊತ
ಎಂಬ ಎಡೆಗ, ಅವಂನ ಕೂಟೆಯುಂಡ್ಹೋಗಿ,

23. ಕಯಿಮೆ ಹಾಕಿ ಕಲಕಿದ ಕುಡಿಮುಂದಿರಿ ರಸವ,
ಅವಂಗ ಕುಡಿಪದುಗ ಕೊಟ್ಟರು. ಆಲೆ ಅವಂ ಅದುನ ಈಸಿ
ಯುಂಬಿಲೆ.

24. ಆಗ ಅವಂನ ಸಿಲುವೆಗ ಹಾಕಿ ಜಡಿದರು; ಹಿಂದೆ ಅವಂ
ನ ಬಟ್ಟೆಗ್ಹೊಟ್ಟಗೆ, ಒಬ್ಬೊಬ್ಬಂಗ ಏನ ಸಿಕ್ಕಿರಾಂದು ನೋಡುವ
ದುಗ ಚೀಟ್ಹಾಕಿ, ಅವೆಯು ತಂಗಗ್ಹೋಗೆ ಪಂಗ್ಹಾಕಿಯುಂಡರು.

25. ಅವಂನ ಸಿಲುವೆಗ ಹಾಕೋನೆಗ, ಮೂರಾವದು ಮಣಿ
ಜಾಮ ಆಗಿ ಹಟ್ಟ;

26. ಅವಂನ ಕುತ್ತವ ಕುಱೋಚುವ ಮೇಲ್ವಿಳಾಸ, ಅವಂನ
ಮಂಡೆ ತಲೆಗ ಬರೆದ್ದಟ್ಟ; ಬರೆದದ್ದೇನಾಂದಲೆ:—ಎಹೂದ್ಯರ ಅರ
ಸಂ! ಎಂಬದಾಗಿ ತಾಂ.

27. ಇದಲ್ಲದೆ, ಅವಂನ ಬಲಸರಿಯೊ ಒಬ್ಬನ, ಅವಂನ ಎಡ
ಸರಿಯೊ ಒಬ್ಬನ, ಎರಡು ಕಳ್ಳರ ಅವಂನೊಂದಿಗೆ ಸಿಲುವೆಗ ಹಾ
ಕಿದರು.

28. ಅವಂನ ಅಕ್ರಮಕಾರರೊಂದಿಗೆ ಎಣ್ಣಿಸಿಯಾಱಾಂಬ
ವೇದವಾಕ್ಯ ಇತ್ತೆ ಈಡೇರಿತು.

29. ಬೈಯು, ಆ ದಾರಿಯಾಗಿ ದಾಟಿ ಹೋಪವಕ ತಂಗ ತಲೆ
ಯ ಆಟಿ, ಹೇ! ದೇವರು ಗುಡಿಯ ಇಡಿತು, ಮೂರು ಜಿನದೊ
ಕಟ್ಟುವಂವನೇ!

30. ನಿನ್ನ ನೀ ರಚ್ಚಿಸಿಯುಳ್ಳೊ! ಸಿಲುವೇಂದ ಎಱಿಗಿ ಬಾ!
ಎಂದು ಹ್ಹೇಗಿ ಅವಂನ ದೂಸಿಸಿದರು.

31. ಅತ್ತೆಯೇ, ದೊಡ್ಡ ಪೂಜಾರಿಗ್ಹೊವೂ ಕೂಡ, ವೇದ ಸಾ
ಸ್ತ್ರಿರಿಗ್ಹೊ ಒಂದಿಗೆ ತಂಗಗ್ಹೋಗೆ ಗೇಲಿ ಮಾಡಿ, ಎವಂ ಜೇರಸವ
ಕರ ರಚ್ಚಿಸಿದಂ; ಆಲೆ ತನ್ನ ತಾಂ ರಚ್ಚಿಸಿಯುಳ್ಳಾಱಿಂ;

32. ನಂಗ ಕಂಡು ನಂಬುವ ಹೆಂಗೆ, ಇಸ್ರಯೇಲುನ ಅರ
ಸಾದ ಕ್ರಿಸ್ತ೦, ಈಗ ಸಿಲುವೇಂದ ಎಱಿಗಿ ಬರಲಿ! ಎಂದು ಹ್ಟೇಗಿ
ದರು. ಅವ೦ನೊಂದಿಗೆ ಸಿಲುವೆಗ ಹಾಕಿಸಿಯುಂಡವಕರೂ ಅವ೦
ನ ನಿಂದಿಸಿದರು.

33. ಆಱ್ರಾವದು ಮಣಿ ಜಾವಮಾಂದ, ಒಂಬತ್ತಾವದು
ಮಣಿ ಜಾವಮಗಟ್ಟ, ದೇಸ ಮುಚ್ಚೂಡೂ ಕ್ಟತ್ತಲಾತು.

34. ಒಂಬತ್ತಾವದು ಮಣಿಯೊ, ಯೇಸು ಎಲೋಹಿ! ಎಲೋ
ಹಿ! ಲಮಾ! ಸಬಕ್ತಾನಿ! ಎಂದು, ದೊಡ್ಡ ದನೀಂದ ಕೊರಸಿದ೦;
ಅತ್ತೇಂದಲೆ ಎನ್ನ ದೇವರೇ! ಎನ್ನ ದೇವರೇ! ಏಕ ಎನ್ನ ಕೈ ಬುಟ್ಟಿ?
ಎಂದು ಅರ್ತ.

35. ಸಾರೆ ನಿದ್ದವಕರ್ಲ್ಲೋಗೆ ಜೋಸಿ ಲ್ಟ, ಅದುನ ಕ್ಟೇತು,
ಎದಗೇ ಅವ೦ ಎಲೀಯನ ಕೊರಸಿನ ಎಂದರು.

36. ಆಲೆ ಒಬ್ಬ೦ ಓಡಿ ಹೋಗಿ, ಸ್ಪಂಜಿಯ ಹ್ಟುಯಿ ರಸಾಂ
ದ ತುಂಬಿಸಿ, ಕೋಲುಗ ಸಿಕ್ಕಿಸಿ, ಅವ೦ಗ ಕುಡಿಪದುಗ ಕೊಟ್ಟು,
ತಾಗಿವಿ! ಎಲೀಯ೦ ಎವ೦ನ ಈ್ಟಕುವದುಗ ಬನ್ನನವೋ ನೋಡು
ವೊ೦ ಎನ್ನ೦.

37. ಆ ಮೇಲೆ ಯೇಸು ದೊಡ್ಡ ದನೀಂದ ಕೊರಸಿ, ಪೆರಣವ
ಬುಟ್ಟ೦.

38. ಆಗ [ದೇವರ] ಗುಡಿಯ ತೆರೆ, ಮೇಲಾಂದ ಕ್ಟೀಯಗ
ಟ್ಟ, ಎರಡಾಗಿ ಹಱಿದ್ದೋತು.

39. ಅವ೦ಗಿದುರಾಗಿ ಸಾರೆ ನಿದ್ದಿದ್ದ, ನೂರು ಸಿಪ್ಪಾಯರುಗ
ಅದಿಕಾರಿಯಾದವ೦, ಅವ೦ ಅತ್ತೆ ದನಿ ಎತ್ತಿ ಕೊರಸಿ, ಪೆರಣ ಬು
ಟ್ಟದುನ ನೋಡಿ, ನಿಜಾಗಿ ಈ ಮನಿಚ ದೇವರ ಮಾತಿಯಾಗಿದ್ದ೦
ಎನ್ನ೦.

40. ಇದಲ್ಲದೆ ಹೆಮ್ಮಕರೂ ಕೂಡ, ದೂರಾಂದ ನೋಡಿಯುಂ
ಡಿದ್ದರು. ಅವಕರ್ಲ್ಲೋಗೆ ಅವ೦ ಗಲಿಲಾಯದೊ ಇದ್ದ ಕಾಲದೊ,

ಅವ೦ನ ಹಿಂದಾಡು ಹೋಗಿಯುಂಡು, ಅವ೦ಗ ಊಳಿಯ ಮಾಡಿ
ಯುಂಡಿದ್ದ, ಮಗ್ದಲದ ಮರಿಯನೂ, ಕುಸ್ನ ಯಾಕೋಬುಗೂ
ಯೋಸೆಗೂ ಅವ್ವೆಯಾದ ಮರಿಯನೂ, ಸಲೋಮೆಯೂ,

41. ಅವನೊಂದಿಗೆ ಯೆರುಸಲೇಮುಗ ಏಱಿ ಬಂದ, ಜೇರೆ
ಅನೇಕ ಹೆಮ್ಮಕರೂ, ಇದ್ದರು.

42. ಬೈಯ ಮಾಪು ಜಿನಗ ಮುಂದನ ಜಿನ, ಒದಕುವ ಜಿನ
ಆದದುನೆಂದ, ಸಂದ್ಹೊತ್ತು ಆದದೆಮ್ಮನೆ,

43. ಗನವುಳ್ಳ ಮತ್ರಿಯೂ, ದೇವರ ರಾಜ್ಯ [ಬಪ್ಪದುಗಾಗಿ]
ಇದುರು ನೋಡಿಯುಂಡಿದ್ದವ೦ನೂ, ಆಗಿದ್ದ ಅರಿಮತಾಯದವ೦
ಆದ ಯೋಸೇಪು ಬಂದು, ಪಿಲಾತನ ಸಾರೆ ತುಣಿದ್ಹೋಗಿ, ಯೇ
ಸುನ ಸರುವಲ [ತಪ್ಪದೂಂದು] ಕ್ಟೇತೂಣ೦.

44. ಆಲೆ ಪಿಲಾತ೦ ಅವ೦ ಅದುಗ್ಹೋಗೆ ಸತ್ಹೋದನಾಂದು
ಅದಿಸೆಯ ಪಟ್ಟು, ನೂರು ಸಿಪ್ಪಾಯುರುಗ ಅದಿಕಾರಿಯಾದವ೦ನ
ಕೊರಸಿ, ಅದುಗ್ಹೋಗೆ ಅವ೦ ಸತ್ಹೋದತನಾ? ಎಂದು ಕ್ಟೇತ೦.

45. ನೂರು ಸಿಪ್ಪಾಯುರುಗ ಅದಿಕಾರಿಯಾದವ೦ನೆಂದ
ಅದುನ ಅಱಿದೂಂಡ ಮೇಲೆ, ಹೆಣವ ಯೋಸೇಪುಗ ಕೊಟ್ಟು
ಬುಟ್ಟ೦.

46. ಅವ೦ [ಹೋಗಿ] ಚೈಕ ದುಪ್ಪಟ್ಟೆ ಬಟ್ಟೆಯ ಈಸಿ ಬಂದು,
ಅವ೦ನ ಈಟ್ಟಿಕಿ, ಆ ಚೈಕ ದುಪ್ಪಟ್ಟೆ ಬಟ್ಟೆಯೊ ಸುತ್ತಿ, ಒಂದು ಹು
ಟ್ಟಱಿಯೊ ಹುಯಿಸಿ ಜೀತಿದ್ದ, ಸಮಾದಿಯೊ ಅವ೦ನ ಜೀತು, ಸ
ಮಾದಿಯ ಬಾಗಿಲುಗ ಒಂದು ಕಲ್ಲ ಹೊರಟೆ ಜೀತ೦.

47. ಆಲೆ ಅವ೦ನ ಜೀತ ಎಡೆಯ ಮಗ್ದಲದ ಮರಿಯನೂ,
ಯೋಸೆಯ ಅವ್ವೆಯಾದ ಮರಿಯನೂ ನೋಡಿದರು.

16. ಸಂದಿ.

1. ಪೂಪ್ರಜಿನ ಕ್ಟಯಿದ ಮೇಲೆ, ಮಗ್ದಲದ ಮರಿಯುಸೂ, ಯಾಕೋಬನ ಅವ್ವೆ ಮರಿಯುನೂ, ಸಲೋಮೆಯುೂ, ಅವ೦ಗ ಹೂಸುವದುಗಾಗಿ ವಾಸನೆ ಸರಕುಗ್ಟೊವ ಕೊಣ್ಣೊಂಡರು.

2. ಎವಕ ವಾರದ ಮೊದಲಾವದು ಜಿನ, ಒಲಿಕೆದ್ದು, ಹೊಟ್ಟು ಹುಟ್ಟುವನೆಗ ಸಮಾದಿಗ ಬಂದು,

3. ಸಮಾದಿ ಬಾಗಿಲುನೊ ಹಡುವ ಕಲ್ಲ ನಂಗಗಾಗಿ ತಳ್ಳುವದು ದಾರ? ಎಂದು ತಂಗಗ್ಟೋಗೆ ಹ್ಟೇಗಿಯುಂಡು,

4. ಅವಕ ಏಲಿ ನೋಡೋನೆ, ಅಪ್ಪಲಿ ದೊಡ್ಡದಾಗಿ ಹಟ್ಟ ಆ ಕಲ್ಲು ತಳ್ಳಿಯುಟ್ಟಡುವದುನ ಕಂಡರು.

5. ಅವಕ ಸಮಾದಿಗ್ಟೋಗೆ ಹುಕ್ಕು, ಬ್ಟೀದು ಕುಪ್ಪಜ ತೊಟ್ಟೊಂಡು, ಬಲಸರಿಯೊ ಕುಳಿದಿಬ್ಬ ಒಬ್ಬ೦ ಜವ್ವಾನಿಯ ಕಂಡು ಅಂಜಿದರು.

6. ಅವ೦ ಅವಕಗ ಅಂಜ ಬೇಡಿವಿ! ಸಿಲುವೆಗ ಹಾಕಿದ ನಜರೇಯುನಾದ ಯೇಸುವ ಅಬಿಸಿಯಾಜಿ; ಅವ೦ [ಬದುಕಿ] ಎಟ್ಟದ್ದ೦; ಅವ೦ ಇಲ್ಲಿ ಇಲ್ಲೆ; ಅವ೦ನ ಬೀತ ಎಡೆಯು ನೋಡಿವಿ!

7. ಆಲೆ ನಿಂಗ ಹೋಗಿ, ಅವ೦ನ ಸಿಸಿಯರುಗೂ, ಪೇತ್ರಗೂ, ಅವ೦ ನಿಂಗಗ ಮುಂದೆ ಗಲಿಲಾಯುಗ ಹೋನ೦ ಅವ೦ ನಿಂಗಗ ಹ್ಟೇಗಿದ್ದಂಗೆ ಅಲ್ಲಿ ಅವ೦ನ ಕಂಡಾಜಿ, ಎಂದು ಹ್ಟೇಗಿವಿ! ಎನ್ನ೦.

8. ನಡುಗೂ ದಿಗಿಲೂ ಅವಕರ ಹಿಡಿತದುನೆಂದ, ಅವಕ ಹೊಲಿರಾಚು ಕಡೆದು, ಸಮಾದೀಂದ ಪಲಿಂದೋಡಿ ಬುಟ್ಟರು. ಅವಕ ಅಂಜಿ ಇದ್ದದುನೆಂದ, ದಾರಗೂ ಏನೂ ಹ್ಟೇಗಿತಿಲ್ಲೆ.

9. ವಾರದ ಮೊದಲಾವದು ಜಿನದ ಒಱಿಕೆದ್ದನೊ, ಯೇಸು
[ಬದುಕಿ] ಏಟ್ಟದ್ದ ಮೇಲೆ, ತಾಂ ಈಟ್ಟುಉ ದೆವ್ವಗ್ಟುವ ಕಡಸಿದ್ದ, ಮ
ಗ್ದಲದ ಮರಿಯಗ, ಮೊದಲಾಗಿ ಕಾಣಿಸಿಯುಣ್ಣಾಂ.
10. ಅವ್ಟಂ ಹೋಗಿ, ಅವಂನೊಂದಿಗೆ ಇದ್ದವಕಗ, ಅವಕ
ದುಕ್ಕಪಟ್ಟು ಅಟ್ತ್ತೊಂಡಿಬ್ಬನೆ, [ಈ ಸುದ್ದಿಯ] ಅಱೀಸಿದ್ಟ.
11. ಅವಕ, ಅವಂ ಜೀವಾಂದ ಇದ್ದನೇಂದೂ, ಅವ್ಟಗ ಕಾ
ಣಿಸಿಯುಣ್ಣಾಂದೂ, ಕ್ಟೇತದೆಮ್ಮನೆ, ನಂಬದೆ ಹೋದರು.

12. ಅದುಗ್ಗಿಂದೆ ಅವಂ ಅವಕರ್ಡ್ಡೋಗೆ ಎರಡ್ಟಾಗ, ಅವಕ
ದಾರಿಯೊ ನಡೆದೊಂಡು ಊರುಗ ಹೋಪಸೆಗ, ಅವಕಗ ಬೇರೆ ಉ
ರುಪುನೊ ಕಾಣಿಸಿಯುಣ್ಣಾಂ.
13. ಅವಕ ಕಡೆದ್ದೋಗಿ, ಮಿಕ್ಕಾದವಕಗ ಅಱೀಸಿದರು; ಅ
ವಕ ಅವಕರವೂ ನಂಬುಲ್ಲೆ.

14. ಆ ಮೇಲೆ ಹನ್ನೊಂದ್ಟಾವೂ ತೀನಿಗ ಕುಳಿದೊಂಡಿಬ್ಬನೆ,
ಅವಂ ಅವಕಗ ಕಾಣಿಸಿಯುಂಡು, [ಬದುಕಿ] ಏಟ್ಟಿದ್ದ, ತನ್ನ ಕಂ
ಡವಕರ, ಅವಕ ನಂಬದೆ ಹೋದದುಗಾಗಿ, ಅವಕರ ಅವನಂಬಿಕೆ
ಯವೂ, ಇರುದಯದ ಕಟಿಣವವೂ ಕುಱೀತು, ಅವಕರ ಗದರಿಸಿ
ದಂ.
15. ಹಿಂದೆ ಅವಂ ಅವಕಗ ನಿಂಗ ಸರ್ವ ಲೋಕಗ ಹೋಗಿ,
ಸೃಷ್ಟಿ ಮುಚ್ಚೊಡುಗೂ ಒಳ್ಳೆಯ ಸುದ್ದಿಯ ಸಾಱಿವಿ.
16. ನಂಬಿ, ದೀಕ್ಸಾಸ್ನಾನ ಹೊಂದಿದವಂಗ ರಟ್ಚಣೆ ಆರ;
ಆಲೆ ನಂಬದವಂಗ ಆಗುನೆ ತೀರ್ಪಾರ.
17. ಇದಲ್ಲದೆ, ಈ ಅಡೆಯಾಳಗ್ಟ್ಟೊ ನಂಬುವವಕರೆಂದ ನಡೆ
ದರ:—ಅವಕ ಎನ್ಹೆಸರುನೊ ಪಿಸಾಚಿಗ್ಟ್ಟೋವ ಕಡಸಿಯಾಱಿ; ಹೊಸ
ಬಾಸೆಗ್ಟ್ಟೋವ ಮಾತಾಡಿಯಾಱಿ;
18. ಹಾವುಗ್ಟ್ಟೋವ ಎತ್ತಿಯಾಱಿ; ಸಾವುಗ ಕಾರಣಾದ ಏಯು
ದುನ ಕುಡಿತಲೆಯೂ, ಅದುನೆಂದ ಅವಕಗ ಚೇದ ಆಗವೇ ಆಗ;

ಸಂಕಟದವಕರ ಮೇಲೆ ಕೈ ಬೀತ್ತಾಂಡಿ, ಆಗ ಅವಕ ಒಸೆ ಆದಾಂಡಿ;
ಎಂದು ಹ್ಟೇಗಿದು.

19. ಇತ್ತೆ ಕರ್ತುನಾದ ಯೇಸು ಅವಕರೊಂದಿಗೆ ಮಾತಾ
ಡಿ ಆದ ಮೇಲೆ, ಮೇಲ್ಲೋಕಗ ಎತ್ತಿಸಿಯ್ಯುಂಡು, ದೇವರ ಬಲ
ಸರಿಯೊ ಕುಳಿದೂಣು.

20. ಅವಕ ಕಡೆದ್ಹೋಗಿ, ಎಲ್ಲೆಲ್ಲಿಯೂ ಸಾಱಿದರು. ಕ
ರ್ತು ಅವಕರೊಂದಿಗೆ ಗೆಲಸ ನಡಸಿ, ಅವಕರೆಂದ ನಡೆಸಿದ ಅಡೆಯಾ
ಳಗ್ಳೊ ಮೂಲವಾಗಿ, [ವೇದ] ವಾಕ್ಯ ತೆರ ಪಡಿಸಿದು.

www.ingramcontent.com/pod-product-compliance
Lightning Source LLC
Chambersburg PA
CBHW020338090426
42735CB00009B/1587
* 9 7 8 3 3 3 7 3 0 2 8 5 6 *